സുകുമാരൻ പെരിയച്ചൂർ

1964-ൽ കണ്ണൂർ ജില്ലയിലെ മട്ടന്നൂരിനടുത്ത പെരിയച്ചൂരിൽ ജനനം. പിതാവ്: കിണ്ട്യൻ രാമൻ. മാതാവ്: നാരായണി.

ഇരിക്കൂർ ഗവ. ഹൈസ്കൂൾ, മട്ടന്നൂർ പഴശ്ശിരാജ എൻ.എസ്.എസ് കോളജ് എന്നിവിടങ്ങളിൽ വിദ്യാഭ്യാസം. ചരിത്രത്തിൽ ബിരുദവും ബിരുദാനന്തരബിരുദവും ബി.എഡും.

മാതൃഭൂമി ആഴ്ചപ്പതിപ്പിലെ ബാലപംക്തിയിലൂടെ എഴുതിത്തുടങ്ങി. ഉമ്മക്കേന, ബാലൻ തോലൻ തൊണ്ടോലൻ, നാണന്റെ നാട്യങ്ങൾ, കിന്നാരം കിച്ചു, മാണ്ടാവു മുത്തശ്ശി, മിഠായിക്കുട്ടികൾ എന്നീ ബാലസാഹിത്യകൃതികൾ പ്രസിദ്ധീകൃതമായി. 'എന്തു പഠിക്കണം' എന്ന അക്കാദമിക വൈജ്ഞാനിക സാഹിത്യം 2010ൽ കുഞ്ഞുണ്ണി പുരസ്കാരം നേടി. സ്വാമി വിവേകാനന്ദൻ (ജീവചരിത്രം), ഭഗവദ്ഗീതയിലെ അർജ്ജുനവിഷാദയോഗം (സ്വതന്ത്രവ്യാഖ്യാനം), പേട്ടക്കാലികൾ (ചെറുകഥാസമാഹാരം), സാമൂഹ്യശാസ്ത്രക്വിസ് എന്നിവയാണ് മറ്റുകൃതികൾ.

പുരസ്കാരങ്ങൾ: 1991-ലെ കാനേഷുമാരി കണക്കെടുപ്പിൽ രാഷ്ട്രപതിയുടെ വെള്ളിമെഡൽ, 1992-ൽ സംസ്ഥാന വിദ്യാഭ്യാസവകുപ്പ് അധ്യാപകർക്കായി നടത്തിയ ചെറുകഥാമത്സരത്തിൽ ഒന്നാം സ്ഥാനവും, 1994, 2002-ൽ രണ്ടാം സ്ഥാനവും ലഭിച്ചിട്ടുണ്ട്. 2008-ലും 2009-ലും ഏറ്റവും മികച്ച അധ്യാപകനുള്ള മുംബൈ അജിത് ഫൗണ്ടേഷന്റെ നൂതന അധ്യാപക അവാർഡ്. 2010-ൽ കുഞ്ഞുണ്ണി പുരസ്കാരം. 2018-ൽ വിദ്യാഭ്യാസ പ്രവർത്തകനുള്ള സംസ്കൃതി പുരസ്കാരം, നാഷണൽ ബിൽഡർ അവാർഡ്, 2019 ൽ ദേശീയ അധ്യാപക പുരസ്കാരത്തിന് കേരളത്തിൽ നിന്ന് നോമിനേഷൻ ലഭിച്ചു.

ഗവണ്മെന്റ് ഹയർ സെക്കണ്ടറി സ്കൂൾ പ്ലസ്ടു ചരിത്രാധ്യാപകനായി വിരമിച്ചു. ഇപ്പോൾ അകം മാസിക & കൈരളി ബുക്സ് എഡിറ്ററായി പ്രവർത്തിച്ചു വരുന്നു.

ഭാര്യ: ഷീല (അധ്യാപിക)

മക്കൾ: കിഷൻ സുകുമാർ, നന്ദകിഷോർ

വിലാസം: നന്ദകിശോരം, കുശാൽനഗർ, കാഞ്ഞങ്ങാട്, കാസറഗോഡ് ജില്ല. ഫോൺ: 9747251000.

Email: sukumaranperiyachur@gmail.com

Malayalam Language
Padikkanentheluppam
(Non-Fiction)
by
Sukumaran Periyachur

♦

Published in October 2022
by Kairali Books Private Limited
Thalikkavu Road, Kannur.
Ph : 0497-2761200
E-Mail : kairalibooksknr@gmail.com

♦

Cover Design
Prasanth Mangad

© All rights reserved
No part of this publication may be reproduced, stored in or introduced into a retrieval system, or transmitted, in any form, or by any means, electronic, mechanical, photocopying, recording or otherwise without the prior written permission of the publisher.

Price ₹ : 210.00
67/22-23/Sl.No.1375/250/NS 18.6
ISBN. 978-93-94472-25-9

പഠിക്കാനെന്തെളുപ്പം

പാഠപുസ്തകത്തിനുമപ്പുറം

സുകുമാരൻ പെരിയച്ചൂർ

കൈരളി ബുക്സ്

സമർപ്പണം

ജ്ഞാനത്തിന്റെ പ്രകാശഗോപുരമായ
ജനകീയശില്പകലയുടെ ആചാര്യൻ
വിശ്വശില്പി ശ്രീ കാനായി കുഞ്ഞിരാമനും
സ്നേഹനിറകുടമായ പത്നി നളിനി കാനായിക്കും

ഉള്ളടക്കം

പ്രചോദിപ്പിക്കുന്ന പുസ്തകം

കാനായി കുഞ്ഞിരാമൻ

പാഠപുസ്തകത്തിൽ പഠിക്കുന്നതിനപ്പുറം ചില ജീവിതപാഠങ്ങളുണ്ട്. പഠനത്തിലൂടെ അത് കൈവരിക്കുക എന്നതാണ് സ്കൂൾ പഠനത്തിന്റെ പ്രസക്തി. ഓരോ കുട്ടിയുടെയും പഠനം എളുപ്പമാക്കുക എന്നതാണ് പഠനത്തിന്റെ രസതന്ത്രം. പഠിക്കാൻ എന്തെളുപ്പമാണ് എന്ന പോസിറ്റീവ് മനോഭാവം കുഞ്ഞുങ്ങളിൽ സൃഷ്ടിക്കാനുള്ള മാർഗം അദ്ധ്യാപകനും രക്ഷിതാവും വിദ്യാലയവും ചേർന്നു നൽകുമ്പോൾ പഠനം ഏറെ രസകരവും സുഖകരവുമാകുന്നു.

തിരുക്കുറളിൽ തിരുവുള്ളവർ പറയുന്നുണ്ട് "പഠിക്കാനുള്ളതെന്തോ അതൊക്കെ മനസ്സിരുത്തി പഠിക്കുക. യാതൊരുവിധമായ സംശയത്തിനും പിന്നീട് ഇടവരാത്ത രീതിയിൽ ആയിരിക്കണം ആ പഠനം."

ഓരോ സംശയങ്ങളും പൂർത്തീകരിക്കുമ്പോൾ പഠനം എളുപ്പമാകുന്നു. പഠിക്കുന്നത് ബുദ്ധിമുട്ടുള്ള കാലമാണ് എന്ന തോന്നലിൽനിന്നാണ് ഒരു കുഞ്ഞ് പഠനവഴി തെറ്റിപ്പോകുന്നത്.

വിദ്യ ലഭിച്ചവരുടെ കണ്ണുകൾ നോക്കിയാലറിയാം ജ്ഞാനസുഖത്തിന്റെ തിളക്കം. തിരുവള്ളുവർ അതേക്കുറിച്ച് പറയുന്നത് ശ്രദ്ധേയമാണ്. "വിദ്യ അഭ്യസിച്ചവരുടെ മുഖത്തുമാത്രം ഉള്ളതത്രേ കണ്ണുകൾ. നിരക്ഷരരുടെ മുഖത്തുള്ളത് കണ്ണുകളല്ല, വെറും പുണ്ണുകൾ മാത്രമാകുന്നു."

മനസ്സിൽ പുണ്ണുകൾ സൃഷ്ടിക്കുന്നതല്ല പഠനം. മനസ്സുനിറയെ വിണ്ണ് സൃഷ്ടിക്കുക അതാണ് പഠനം. അതിനുള്ള പ്രചോദനമാണ് പഠിക്കാനെന്തെളുപ്പം എന്ന സുകുമാരൻ പെരിയച്ചൂരിന്റെ ഈ ഉത്തമഗ്രന്ഥം.

തികഞ്ഞ ആദർശനിഷ്ഠയും ജീവിതനൈർമല്യവും കാത്തുസൂക്ഷിക്കുന്ന സുകുമാരൻ പെരിയച്ചൂരിന്റെ പഠിക്കാനെന്തെളുപ്പം ഓരോ വിദ്യാർത്ഥിക്കും രക്ഷിതാവിനും വായനക്കാരനും പുതുവെളിച്ചം നൽകുന്നു.

തെളിനീരുറവതേടി

വിജയദശമിക്ക് ആദ്യാക്ഷരങ്ങൾ കുറിച്ച കുട്ടികൾ അക്ഷരപ്പടികൾ കയറി ജ്ഞാനപ്പഴം തിന്നുന്നത് കാണാനാണ് ഓരോ മാതാപിതാക്കളും ആഗ്രഹിക്കുന്നത്. കുഞ്ഞ് പഠിക്കാൻ തുടങ്ങുമ്പോൾ ഓരോരുത്തരും അന്വേഷിക്കുന്നത് പഠിക്കുന്ന കുട്ടിയാണോ എന്നാണ്. ഇവിടെ പഠിക്കുന്ന കുട്ടി എന്നതുകൊണ്ടുദ്ദേശിക്കുന്നത് മിടുക്കനായ കുട്ടി എന്നതു തന്നെയാണ്.

പഠനം, പഠനം എപ്പോഴും അച്ഛനും അമ്മയും അധ്യാപകരും പറയുന്ന വാക്കുകൾ. കുട്ടികളിൽ ഏറേപ്പേരും ഭയപ്പെടുന്ന പദമാണ് പഠനം.

എന്നാൽ നമ്മുടെ മനസ്സിൽ പഠിക്കാൻ എന്തെളുപ്പം എന്ന പോസിറ്റീവ് ചിന്തയാണ് ആദ്യം വരേണ്ടത്. ഒന്നുമറിയാത്ത ഒരു കുട്ടി ആദ്യം തന്നെ സ്ലേറ്റിൽ കുത്തനെ ഒരു വരയാണ് വരക്കുന്നത്. അപ്പോൾ ആ കുട്ടിയോട് നാം പറഞ്ഞു കൊടുക്കണം. കുത്തനെയുള്ള ആ വരയാണ് ഗണിതത്തിലെ ഒന്ന് എന്ന അക്കം.

ആദ്യം കുഞ്ഞ് വരച്ചത് എഴുതിയത് ഒന്ന് എന്നാണ്. ഒന്ന് എഴുതിയ കുഞ്ഞ് ഒന്നാമൻ തന്നെ. അഭിനന്ദനങ്ങൾ. കുഞ്ഞിനു നൽകുന്ന ആദ്യത്തെ അവാർഡാണീ വാക്കുകൾ. പഠിക്കാൻ എന്തെളുപ്പം. കുഞ്ഞ് മനസ്സിലാക്കുന്നു.

പഠനം ഒരുഗുണാത്മക പ്രക്രിയയാണ്. ഒരു വീടുപണിയുന്നിനു മുമ്പ് നാം ആദ്യം വീടുവെക്കേണ്ട സ്ഥലത്ത് കിണർ കുഴിച്ചാൽ വെള്ളം കിട്ടുമോ എന്നാണ് നോക്കുക. ഭൂമിയിൽ മിക്കവാറും സ്ഥലത്ത് കുഴിച്ചാൽ ജലം കിട്ടും. ആശാരി വീടിനു കുറ്റിയടിക്കുമ്പോൾ കിണറിനുള്ള കുറ്റിയടിച്ച് ഒരു ധീരവാക്യം പറയും. പന്ത്രണ്ടുകോലിൽ വെള്ളം കാണും അല്ലെങ്കിൽ പത്തിൽ.

നാം കിണർ കുഴിക്കുകയാണ്. ജലത്തിന്റെ ലാഞ്ചനയില്ലാത്ത വരണ്ടഭൂമിയിൽ. ഒന്നാമത്തെ കോലു കുഴിച്ചു. വരണ്ട മണ്ണ്. വീണ്ടും വീ

ണ്ടും വീണ്ടും കുഴിച്ചു. പത്തുകോലെത്തി. വെള്ളം കാണുന്നില്ല. ആശാരി പറഞ്ഞിട്ടുണ്ട്. പന്ത്രണ്ടുകോലിൽ വെള്ളം കാണുമെന്ന്. പ്രതീക്ഷയോടെ പതിനൊന്നാം കോലിലെത്തി. നേരിയ നനവുകാണുകയാണ്. കിണഞ്ഞ്, കിണഞ്ഞ് ഉത്സാഹത്തോടെ പന്ത്രണ്ടാം കോലിലെത്തി. നീരുറവകളുടെ സാന്നിധ്യം. തുമ്പകൊണ്ട് മെല്ലെ തോണ്ടി. ഗുളുഗുളു തെളിനീരുറവ. ഹായ്...

കിണറ്റിൽ വെള്ളം കണ്ടേ.. കിണർ കുഴിക്കുന്നയാൾ മുകളിലേക്കു നോക്കി വിളിച്ചു പറയുന്നു. റിസൾട്ട് കിട്ടി. വെള്ളം കിട്ടാൻ വേണ്ടിയാണ് കിണർ കുഴിക്കുന്നത്.

പഠനം കിണർ കുഴിക്കുന്നതുപോലെയുള്ള ഒരു പ്രക്രിയയാണ്. തെളിനീരുറവ കാണുന്നതുവരെ കിണർ കുഴിച്ചു. അഞ്ചാമത്തെ കോലിലോ പത്താമത്തെ കോലിലോ വെള്ളം കാണാതെ കുഴിക്കൽ നിർത്തിയാൽ ആ കിണറിനെ നാം പൊട്ടക്കിണർ എന്നാണ് വിളിക്കുക.

നന്നായി പഠിച്ചാൽ വെള്ളം കിട്ടുന്ന കിണറാകും അല്ലെങ്കിൽ പൊട്ടക്കിണറാകും. കിണഞ്ഞ് കിണഞ്ഞ് ശ്രമിച്ചപ്പോൾ നീർകിട്ടിയതുകൊണ്ടാണ് കിണർ എന്ന വാക്കുണ്ടായത്. (കിണ+നീർ, കിണ+നീർ എന്ന വാക്കുകൾ വേഗം പറയുമ്പോൾ കിണർ)

കിണർ കുഴിക്കുന്നവർ കരിങ്കല്ലു കണ്ടാൽ അത് പൊട്ടിച്ചുമാറ്റും. അവരുടെ ലക്ഷ്യം തെളിനീരാണ്. അതുപോലെ ഓരോരുത്തരുടെയും ജീവിത ലക്ഷ്യം വിജയമാണ്. വിജയമുണ്ടാകുന്നത് വിദ്യാഭ്യാസത്തിലൂടെയാണ്. വിദ്യാഭ്യാസത്തിൽ വിജയം വരിക്കാൻ. അതിനൊരു മന്ത്രമുണ്ട്. അതാണ് 'പഠിക്കാൻ എന്തെളുപ്പം.'

ഓരോരുത്തരിലുമുണ്ട് ആർക്കിമിഡീസ്

കാഞ്ഞങ്ങാട്ടെ നിത്യാനന്ദാശ്രമത്തിനു സമീപം കുശാൽ നഗർ എന്നൊരു സ്ഥലമുണ്ട്. നിത്യാനന്ദസ്വാമിയാണ് ആ പ്രദേശത്തിന് കുശാൽ നഗർ എന്ന പേര് നൽകിയത്. ഏറെപ്പേരും സന്തോഷത്തോടെ ജീവിക്കുന്ന പ്രദേശമാവട്ടെ എന്നർത്ഥത്തിലാണ് കുശാൽനഗർ എന്ന പേരു നൽകിയതെന്നു പറഞ്ഞുകേട്ടിട്ടുണ്ട്.

വിദ്യാർത്ഥികൾക്കു മാതൃകയാക്കാവുന്ന, കേരള സംസ്ഥാന പബ്ലിക് റിലേഷൻസ് വകുപ്പ് ഡയറക്ടർ ദിനേശൻ ഐഎഎസിന്റെ ജന്മഗ്രാമമാണ് കുശാൽനഗർ. എച്ച് ദിനേശൻ എന്ന പ്രീഡിഗ്രി കോമേഴ്സുകാരൻ, ഓരോരുത്തരുടെയും വിജയം അവനവൻ തന്നെ സൃഷ്ടിക്കുന്നതാണെന്നു സാക്ഷ്യപ്പെടുത്തുന്നു.

ഒരു സാധാരണ കുടുംബത്തിലാണ് ദിനേശൻ ജനിച്ചത് കൊമേഴ്സ് പഠനത്തിനുശേഷം പാരലൽകോളേജിൽ ട്യൂഷൻ അധ്യാപകനായി ജോലിനോക്കി. അതിനിടയിൽ സാമൂഹ്യ പ്രവർത്തനവും ജനകീയ പ്രശ്നങ്ങളിൽ സജീവമായ ഇടപെലുകളും നടത്തി.

അപ്പോഴെല്ലാം മനസ്സുനിറയെ പഠനമെന്ന ചിന്ത മാത്രമായിരുന്നു. പത്രങ്ങൾ മുടങ്ങാതെ വായിച്ചു. കാഞ്ഞങ്ങാട്ടെ നഗരസഭാ വായനശാലയിലെ മിക്ക ഗ്രന്ഥങ്ങളും വായിച്ചു തീർത്തു. നല്ല ഒരു ജോലി വേണം. അത് സർക്കാർ സർവ്വീസിലായാൽ ജനസേവനത്തിന് കൂടുതൽ ആധികാരികത ഉണ്ടാവും. പബ്ലിക് സർവ്വീസ് കമ്മീഷൻ പരീക്ഷ എഴുതി. തന്റെ വിദ്യാഭ്യാസ യോഗ്യതയ്ക്കനുസരിച്ചുള്ള എല്ലാ മത്സര പരീക്ഷകൾക്കും അപേക്ഷ അയച്ചു. കാഞ്ഞങ്ങാട്ടെ റെയിൽവേസ്റ്റേഷനിലെ പുസ്തകശാലയിൽനിന്നും കോമ്പറ്റീഷൻ സക്സസ് തിരഞ്ഞുപിടിച്ച് വാങ്ങി

വായിച്ചു. നോട്ടുകൾ തയ്യാറാക്കി. രണ്ടായിരാമാണ്ടിൽ ദിനേശന് കാസർ കോഡ് ജില്ലയിൽ ലോവർഡിവിഷൻ ക്ലാർക്കായി നിയമനം ലഭിച്ചു. ആ വർഷം മത്സരപരീക്ഷയിൽ എട്ടുറാങ്കുലിസ്റ്റുകളിൽ ആദ്യറാങ്കുകാരിൽ ഒരാളായി.

ഒരു ജോലി ലഭിച്ച ദിനേശൻ പഠനം ഒരു തുടർപ്രക്രിയയാക്കിമാറ്റി. ദിനേശനറിയാം പഠിക്കാൻ എത്ര എളുപ്പമാണ്. ഓരോ ദിവസവും വായ നയുടെ പുതിയ തലങ്ങൾ കീഴടക്കുമ്പോഴുള്ള അനുഭൂതി പഠിക്കുന്ന വർക്കേ അറിയൂ...

അപ്പോഴാണ് കേരള പബ്ലിക് സർവ്വീസ് കമ്മീഷന്റെ പുതിയ വിജ്ഞാ പനം. ഡപ്യൂട്ടികളക്ടർ തസ്തികയിൽ ഒരു ഒഴിവുണ്ട്. മത്സരാർഥിക ളെ ക്ഷണിക്കുന്നു. ദിനേശന്റെ മനസ്സിൽ ആവേശം. ഒരു ഒഴിവു മാത്രം ആ ഒറ്റ ഒഴിവിൽ വിജയം വരിക്കണം.. അത് തനിക്കുള്ളതാണ്. അതി നു വേണ്ടി പഠിക്കണം.

മറ്റുള്ളവരാണെങ്കിൽ അനേകം ഒഴിവുകളുണ്ടെങ്കിൽ മാത്രമാണ് അ പേക്ഷ അയക്കാൻ തയ്യാറാവുക. ദിനേശൻ ഒരു തസ്തികയിലെ ഒറ്റ സീറ്റിനുവേണ്ടി പഠിക്കുകയാണ്.. അത് നേടിയെടുക്കണം എന്നു നിശ്ച യിച്ചു. കാസർകോട്ടെ ഓഫീസിൽനിന്നും വീട്ടിലെത്തുമ്പോഴേക്കും രാ ത്രി ഏറെയാവും. എങ്കിലും രാത്രി ഏറെ സമയം പഠിക്കും. ഏകദേശം പത്തു മണിക്കൂറോളം വായനയും നോട്ടുതയ്യാറാക്കലും. നിരന്തര പ്ര ക്രിയ. പരീക്ഷ കഴിഞ്ഞപ്പോൾ ആശ്വാസം. റാങ്കുലിസ്റ്റിൽ വരുമെന്നുറ പ്പ്.

രണ്ടായിരത്തി എട്ടിൽ ഡപ്യൂട്ടികളക്ടറായി നിയമന ഉത്തരവ് കിട്ടി യപ്പോൾ ദിനേശൻ പറഞ്ഞു, വിജയമെന്നും നമ്മുടെ കൂടെത്തന്നെയു ണ്ട്. അതിനെ കണ്ടെത്തുക എന്നതാണ് ഓരോരുത്തരുടെയും കടമ.

പഠനം ഒരു ജീവിതചര്യയായി മാറണം. ഇഷ്ടപ്പെട്ട ഭക്ഷണം കഴി ക്കുന്നതു പോലെയുള്ള ഒരു പ്രക്രിയയാവണം പഠനം. നാം രാവിലെ എഴുന്നേറ്റയുടനെ പ്രഭാതഭക്ഷണത്തെക്കുറിച്ചല്ലേ ചിന്തിക്കുന്നത്. ഉച്ച യാവുമ്പോൾ ഉച്ചഭക്ഷണം. വൈകുന്നേരം ഒരു ചായയും പലഹാരവും. രാത്രി വീണ്ടും ഇഷ്ടഭോജനം. പഠനകാര്യത്തിലും ഇതേ ചിന്തയാണ് വരേണ്ടത്.

ഒരുനേരം ഭക്ഷണം കഴിക്കാതിരുന്നാൽ നമ്മുടെ ശരീരത്തിനുണ്ടാ കുന്ന അസ്വസ്ഥത പോലെ തന്നെ ഒരുനേരം പഠിക്കാതിരുന്നാൽ നമ്മു ടെ മനസ്സിനും അസ്വസ്ഥതയുണ്ടാവണം. ഇത്തരം അസ്വസ്ഥതയുണ്ടാ വുമ്പോൾ നാം പഠനത്തിനു തയ്യാറാവണം.

ശ്രീ സത്യസായിബാബ ഒരിക്കൽ പറയുകയുണ്ടായി "നിങ്ങളുടെ അധ്യാപകർ അഥവാ മുതിർന്നവർ നിങ്ങളിൽ ഒരു ചിത്രം കൊത്തിയെടുക്കുകയാണ്. അതിന്റെ ഭാഗമാണ്, അവർ നിങ്ങളെ ശാസിക്കുന്നതും നിയന്ത്രിക്കുന്നതും മറ്റും. നിങ്ങൾ അതിനു വഴങ്ങിക്കൊടുത്താൽ പ്രയോജനം നിങ്ങൾക്കുതന്നെ."

പഠനത്തെ ഗൗരവമായി ഓരോരുത്തരും കാണേണ്ടതുണ്ട്. പഠിക്കാൻ നേരമില്ല എന്നു പറയുന്നത് പഠിക്കാൻ മനസ്സില്ല എന്നു പറയുന്നതിനു തുല്യമാണ്.

വിദ്യാർത്ഥികൾ പഠനസമയത്തെ നാലുഘട്ടങ്ങളിലായി ചിട്ടപ്പെടുത്തേണ്ടതുണ്ട്. സ്കൂൾപഠനം, സായാഹ്നപഠനം, രാത്രിപഠനം, പ്രഭാതപഠനം എന്നിങ്ങനെയാണവ. പഠനത്തിന്റെ കേന്ദ്രഘടകം വിദ്യാലയമാണ്. സ്കൂൾ പാഠ്യപദ്ധതി പഠനമാണ് ഓരോരുത്തരുടെയും ജീവിതത്തെ ഉരുവപ്പെടുത്തുന്നത്.

സ്കൂൾ പഠനം കഴിഞ്ഞു വീട്ടിലെത്തിയാൽ എന്തെങ്കിലും ഇത്തിരി കഴിച്ച് കളിക്കാൻ പോയി തിരിച്ചെത്തി ശരീരശുദ്ധി കഴിഞ്ഞ് ആരംഭിക്കുന്ന പഠനത്തെയാണ് സായാഹ്നപഠനം എന്നു പറയുന്നത്. വൈകുന്നേരം ആറുമണി മുതൽ എട്ടുമണിവരെ സാഹായഹ്നപഠനത്തിനുള്ള സമയമാണ്. എട്ടുമണിക്കു രാത്രിഭോജനം കഴിയുന്നു. തുടർന്ന് എട്ടര മുതലുള്ള പഠനസമയമാണ് രാത്രിപഠനമായി കണക്കാക്കുന്നത്. ഓരോ വിദ്യാർത്ഥിയുടെയും പഠനതാത്പര്യമനുസരിച്ച് സമയം കൂട്ടാം. എന്തായാലും ഹൈസ്കൂൾ, ഹയർസെക്കണ്ടറി, കോളേജുവിദ്യാർത്ഥികൾ മിനിമം പതിനൊന്നരമണിവരെയെങ്കിലും പഠിക്കുന്ന സമയമാണ് രാത്രിപഠനം.

രാത്രിപഠനം സംതൃപ്തമായാൽ വിദ്യാർത്ഥികൾക്ക് സുഖരാത്രിയും ശുഭരാത്രിയുമാകും. രാവിലെ എഴുന്നേറ്റ് വീണ്ടും പഠിക്കാൻ തുടങ്ങാം. സ്കൂളിൽ പോകുന്നതുവരെയുള്ള പഠനസമയമാണ് പ്രഭാതപഠനം.

ഒരു ദിവസം ഒരു വിദ്യാർത്ഥി ഈ നാലുഘട്ടങ്ങളിലൂടെ പഠനത്തിനായി നീക്കി വെക്കുമ്പോഴാണ് പഠനം ഒരു ഭാരമാകാതിരിക്കുന്നത്. പരിവർത്തനോന്മുഖ വിദ്യാഭ്യാസം എന്ന പുസ്തകത്തിൽ ഗുരു നിത്യചൈതന്യയതി പറയുന്നുണ്ട്:

"കണ്ടെത്തിയ സത്യം കുറച്ചുമാത്രം, കണ്ടെത്താനുള്ളത് ഇനിയുമേറേ. നമ്മിലോരോരുത്തരിലുമുണ്ട് ഓരോ ആർക്കിമിഡീസ്."

പഠിക്കേണ്ടത് മൂല്യാധിഷ്ഠിത വിദ്യാഭ്യാസം

"നിങ്ങൾ നിരന്തരം പഠിച്ചു കൊണ്ടിരിക്കുകയാണെങ്കിൽ, കണ്ടും കേട്ടും പഠിക്കുകയാണെങ്കിൽ, കണ്ടും ചെയ്തും പഠിക്കുകയാണെങ്കിൽ, പഠിക്കുകയെന്നത്, ഭൂതകാലമില്ലാത്ത, അനുസ്യൂതമായ മനോവ്യാപാരമാണെന്നു കാണാം." Freedom From The Known (അറിഞ്ഞതിൽ നിന്നുള്ള മോചനം) എന്ന വിഖ്യാതകൃതിയിലെ ജിദ്ദു കൃഷ്ണമൂർത്തിയുടെ വാക്കുകളാണിവ.

പഠനം എന്നത് ഒരു ഉണർവ്വാണ്. എപ്പോഴും സജീവമായി മനുഷ്യമനസ്സിനെ നിലനിർത്തുക എന്ന പ്രക്രിയ പഠനത്തിലൂടെ സാധ്യമാക്കുന്നു. മനുഷ്യനെ മൃഗങ്ങളിൽ നിന്നും വ്യത്യസ്തനാക്കുന്നത് പഠനമെന്ന അമൃതപാനമാണ്.

മൃഗങ്ങളുടെ ഓരോ ദിവസവും ഒരേ തരമാണ്. ഉണരുന്നു. അവയ്ക്കു വേണ്ട ആഹാരം തേടുന്നു. ഉറങ്ങുന്നു. ചിന്തകളില്ലാത്ത ജീവിതം. സുഖഭോഗവും സുഖശോധനയും സുഖശയനവും ചേർന്നതാണ് മൃഗജീവിതം. എന്നാൽ മനുഷ്യനോ?

പ്രഭാതത്തിൽ മനുഷ്യൻ വ്യത്യസ്തനാണ്. എഴുന്നേറ്റയുടനെ ഭക്ഷണത്തെക്കുറിച്ചല്ല ചിന്തിക്കുന്നത്. ഭജനയെക്കുറിച്ചാണ്. പ്രാർത്ഥനയെക്കുറിച്ചാണ്. നിലവിളക്കു കൊളുത്തി സദ്കീർത്തനങ്ങൾ ഉരുവിടുകയാണ്. പഠനം ആരംഭിക്കുന്നത് ഇവിടെ നിന്നാണ്. ജന്തുവർഗ്ഗത്തിലെ ഒരു സാധാരണ ജീവിയായ മനുഷ്യൻ അസാധാരണനാകുന്ന പ്രക്രിയയാണ് പഠനം.

പഠനം വിവിധ പ്രക്രിയകളെ സൃഷ്ടിക്കുന്നുണ്ട്. ശരിയിലേക്കുള്ള നന്മയിലേക്കുള്ള പ്രക്രിയയാണ് പഠനം കൊണ്ട് നാം ആഗ്രഹിക്കുന്ന

ത്. ഹിറ്റ്ലർ പലതും പഠിച്ചുവെങ്കിലും തിന്മയിലേക്കുള്ള വഴികളാണ് പ്രധാനമായും തിരഞ്ഞെടുത്തത്. ഹിറ്റ്ലർ സ്നേഹിക്കാൻ പഠിക്കാതെ വെറുക്കാനാണ് പഠിച്ചതും പരിശീലിച്ചതും. പഠനം അനുതാപം സൃഷ്ടിക്കുന്നതാവണം. ചുരുക്കത്തിൽ പഠനമെന്നത് വിദ്യാഭ്യാസം മാത്രമല്ല മൂല്യാധിഷ്ഠിത വിദ്യാഭ്യാസമാണ്.

ഭാരതീയ വിദ്യാഭ്യാസം മൂല്യാധിഷ്ഠിത വിദ്യാഭ്യാസമാണ്. നാം ഓരോ കുഞ്ഞിനേയും എഴുത്തിനിരുത്തുമ്പോൾ ഓർമ്മിപ്പിക്കേണ്ടത് പഠിക്കുക എന്നാൽ മൂല്യങ്ങൾ സ്വന്തമാക്കുക എന്നതാവണം. പച്ചമലയാളത്തിൽ മൂല്യം എന്ന വാക്കിന്റെ അർഥം ഏറ്റവും വിലയേറിയത് എന്നാണ്. "മനുഷ്യൻ ജീവിതത്തിൽ എങ്ങനെയെല്ലാം പെരുമാറണം എങ്ങനെ പാടില്ല എന്നീ ശീലങ്ങളുടെ ബോധവും അത് പ്രകടമാക്കുന്നതുമായ മൗലികമായ ആചാരമാണ് മൂല്യങ്ങൾ അഥവാ values," എന്ന് സ്വാമി മുനിനാരായണ പ്രസാദ് പറയുന്നു.

ഭാരതീയ മൂല്യങ്ങളെ പഞ്ചമൂല്യങ്ങൾ എന്നാണ് അറിയപ്പെടുന്നത്. നമുക്ക് ഭാരതീയ മൂല്യങ്ങൾ ഓർക്കാൻ ശിവനെയും ശിവപഞ്ചാക്ഷരി മന്ത്രവും ഓർത്താൽ മതി. നമഃശിവായ- അഞ്ച് അക്ഷരമാണല്ലോ ഇത്. ഇനി പഞ്ചമൂല്യങ്ങൾ നോക്കാം. നമ്മുടെ വലതു കൈയിലെ അഞ്ചു വിരലുകൾ എടുക്കുക.

മൂല്യാധിഷ്ഠിത വിദ്യാഭ്യാസം സ്വന്തം കൈപ്പത്തിയിൽ നിന്നു തുടങ്ങാം. ആദ്യം പെരുവിരൽ. പഞ്ചമൂല്യങ്ങളിൽ ഒന്നാമത്തെ പ്രതീകമാണത്. ആദരണമൂല്യം എന്നു വിളിക്കാം അതിനെ. ഗുരുവിനോടുള്ള ആദരവുതന്നെ അത്. പഠനത്തിലൂടെ മനുഷ്യൻ സ്വായത്തമാക്കേണ്ട ഏറ്റവും വിശിഷ്ട മൂല്യമാണ് ആദരണമൂല്യം.

പഞ്ചമൂല്യങ്ങൾ അഞ്ച്. ഒന്നാമത്തേത് ആദരണം. തുടർന്ന് അനുസരണം, അച്ചടക്കം, അംഗീകാരം, അനുകമ്പ (അഹിംസ) നമ്മുടെ കൈവിരലിലെ ചൂണ്ടുവിരൽ അനുസരണമൂല്യത്തെ സൂചിപ്പിക്കുന്നു. ക്ലാസിൽ അധ്യാപകൻ തന്റെ വലതുകയ്യിലെ ചൂണ്ടുവിരൽ ചലിപ്പിച്ചാൽ, "സ്റ്റാന്റ് അപ്, സിറ്റ് ഡൗൺ" പറയുമ്പോൾ അവിടെ അനുസരണ പ്രക്രിയ ആരംഭിക്കുകയാണ്. അനുസരിക്കുക എന്നത് വലിയൊരു സദ്ഗുണമാണ്. അനുസരണയില്ലാത്തവനെ ധിക്കാരി എന്നു വിളിക്കുന്നു. ധിക്കാരം മൂല്യനിരാസമാണ്.

പഞ്ചമൂല്യങ്ങളിൽ മൂന്നാമത്തേത് അച്ചടക്കമാണ്. നമ്മുടെ കൈവിരലുകളിൽ നടുവിരലാണ് അച്ചടക്കത്തിന്റെ പ്രതീകമാകുന്നത്. വിരലുകളിൽ ഏറ്റവും ഉയർന്നുനിൽക്കുന്നത് നടുവിരലാണ്. മൂല്യങ്ങ ളിൽ ഏറ്റ

വും പ്രകടമായി കാണേണ്ടത് അച്ചടക്കമാണെന്നു നടുവിരലിന്റെ തലയെടുപ്പ് നമ്മെ ബോധ്യപ്പെടുത്തുന്നു. ചുരുക്കത്തിൽ ആദരണവും അനുസരണവും ഉണ്ടാകുമ്പോൾ അച്ചടക്കം താനേയുണ്ടാവും എന്നർഥം.

ഇനി നാലാമത്തെ മൂല്യം അംഗീകാരമാണ്. നമ്മുടെ മോതിരവിരലാണ് അതിന്റെ പ്രതീകം. ഒരു സ്ത്രീ തനിക്കിഷ്ടപ്പെട്ട പുരുഷനെ തന്റെ പങ്കാളിയായി അംഗീകരിച്ച് ഒരു മോതിരം അണിയുമ്പോൾ അവിടെ സമൂഹം അവർക്ക് ഭാര്യാഭർത്താക്കന്മാർ എന്ന അംഗീകാരം നൽകുന്നു. മൂല്യങ്ങളിൽ അംഗീകാരം ഏറ്റവും പ്രധാനപ്പെട്ടതാണ്. മത്സരപ്പരീക്ഷകളിലെ റാങ്കുകൾ തൊട്ട് മുഴുവൻ A+ വരെയും, രാജ്യത്തിന്റെ പത്മപുരസ്കാരങ്ങൾ തൊട്ട് സ്വന്തം ഗ്രാമത്തിലെ ജനകീയ കമ്മിറ്റികളിലെ പ്രാതിനിധ്യംവരെ 'അംഗീകാരം' എന്ന മൂല്യമാണെന്ന് ഓർക്കുക.

അഞ്ചാമത്തെ വിരൽ ചെറുവിരലാണ്. അഞ്ചാമത്തെ മൂല്യം അനുകമ്പ അഥവാ അഹിംസയാണ്. ഭാരതീയർ അഹിംസാ പരമോ ധർമഃ എന്നു പറയുന്നതു നോക്കുക. കൂടാതെ നാം പലപ്പോഴും പറയുന്ന ഒരു വാക്യമുണ്ട്. "അയാൾ ഒരു ചെറുവിരൽ പോലും അനക്കില്ല." ചെറുവിരൽ എന്നത് പഞ്ചമൂല്യങ്ങളിലെ അഹിംസയാണ്. ഹിംസയ്ക്കെതിരെയുള്ള മൂല്യം. നമുക്കറിയാം നാം ഒരു നല്ല പാട്ടുകേൾക്കുമ്പോൾ, താളം പിടിക്കുമ്പോൾ ചെറുവിരലാവും ആദ്യം താളംപിടിക്കുക. അനുകമ്പ, അനുഭാവം, അഹിംസ എന്നീ പേരുകളിലറിയപ്പെടുന്ന അഞ്ചാമത്തെ മൂല്യത്തിന്റെ പ്രതീകം ചെറുവിരലാണ് എന്നും ഒരു കുട്ടി പഠിക്കുമ്പോൾ അഞ്ചു വിരൽ, പഞ്ചമൂല്യം, അഞ്ചുതിരിയിട്ട നിലവിളക്ക് ഇതൊക്കെ ഭാരതീയ വിദ്യാഭ്യാസത്തിന്റെ അടിസ്ഥാന ശിലയാണെന്നു തിരിച്ചറിയുന്നു.

തൈത്തിരീയ ഉപനിഷത്തിലാണ് മൂല്യാധിഷ്ഠിത വിദ്യാഭ്യാസത്തിന്റെ ആപ്തവാക്യം ദർശിക്കുന്നത്.

മൂല്യങ്ങൾ പഞ്ചശീലങ്ങൾ

ഭാരതീയ മൂല്യാധിഷ്ഠിത വിദ്യാഭ്യാസം തൈത്തിരീയ ഉപനിഷത്തിൽ നിന്നാരംഭിക്കുന്നു. വിദ്യാഭ്യാസത്തിലൂടെ മനുഷ്യൻ മൂല്യങ്ങളിലേക്ക് എത്തിച്ചേരുകയാണ് ചെയ്യേണ്ടതെന്ന് വ്യക്തമാക്കുന്നു ഉപനിഷത്തുക്കൾ.

ഭാരതീയ മൂല്യാധിഷ്ഠിത വിദ്യാഭ്യാസത്തിന്റെ ആപ്തവാക്യങ്ങൾ ഓരോ മനുഷ്യനും നിരന്തരം ഉരുവിടുന്നതാണ്. 'സത്യം വദ ധർമ്മം ചര' ഇതാണ് പ്രഖ്യാതമായത്. സത്യമേ പറയാവൂ, ധർമ്മ പാതയിലൂടെ മാത്രമേ ജീവിതം മുന്നോട്ടു നയിക്കാവൂ. മറ്റൊരു ആപ്തവാക്യം "സത്യാദ് ന പ്രമദിതവ്യം" സത്യത്തിൽ നിന്ന് ഒരിക്കലും വഴി തെറ്റരുത്.

മൂല്യാധിഷ്ഠിത വിദ്യാഭ്യാസത്തിന്റെ അടിസ്ഥാനവാക്യം മാതൃദേവോ ഭവഃ പിതൃദേവോ ഭവഃ ആചാര്യ ദേവോ ഭവഃ എന്നതാണ്. നമ്മുടെ പാഠ പുസ്തകങ്ങളിൽ മൂല്യാധിഷ്ഠിത പഠനത്തിന്റെ അടിസ്ഥാന ദർശനങ്ങൾ ഉൾക്കൊള്ളിക്കുമ്പോഴാണ് വിദ്യാഭ്യാസം സാർഥകമാകുന്നത്.

ബുദ്ധമതം മൂല്യങ്ങളെ രണ്ടുതരത്തിലായി തിരിച്ചിട്ടുണ്ട്. നിഷേധരൂപമൂല്യങ്ങൾ എന്നും വിധിരൂപ മൂല്യങ്ങൾ എന്നും അറിയപ്പെടുന്നു. ഒരിക്കലും ജീവിതത്തിൽ ചെയ്യാൻ പാടില്ലാത്ത കാര്യങ്ങളെയാണ് കുട്ടികളെ ആദ്യം ബോധ്യപ്പെടുത്തേണ്ടത് അഥവാ പഠിപ്പിക്കേണ്ടത്. അത്തരം മൂല്യങ്ങളെ നിഷേധ രൂപമൂല്യങ്ങൾ എന്നുപറയുന്നു. നിഷേധരൂപമൂല്യങ്ങളെ പഞ്ചശീലങ്ങൾ എന്നാണ് വിളിക്കുക. മോഷ്ടിക്കാതിരിക്കുക, കൊല്ലാതിരിക്കുക, കാമം മൂത്തു വഴിപിഴച്ച ലൈംഗിക ബന്ധങ്ങളിൽ ഏർപ്പെടാതിരിക്കുക, കള്ളം പറയാതിരിക്കുക, മദ്യപിക്കാതിരിക്കുക എന്നിവയാണ് പഞ്ചശീലങ്ങൾ.

പഞ്ചശീലങ്ങൾ അനുവർത്തിക്കുമ്പോൾ മനുഷ്യൻ മൂല്യങ്ങളുടെ ഉറവിടമാകുന്നു.

ബുദ്ധമതം അനുശാസിക്കുന്ന ഓരോ മനുഷ്യനും ചെയ്യേണ്ട അഥ

വാ നിശ്ചയമായും അനുവർത്തിക്കേണ്ട മൂല്യങ്ങളെ വിധിമൂല്യങ്ങൾ എന്നുപറയുന്നു. ബുദ്ധ മതത്തിലെ വിധിമൂല്യങ്ങളെയാണ് അഷ്ടാംഗമാർഗങ്ങൾ എന്നപേരിൽ അറിയപ്പെടുന്നത്. ശരിയായ ദൃഷ്ടി, ശരിയായ സങ്കല്പം, ശരിയായവാക്ക്, ശരിയായ കർമ്മം, ശരിയായ ജീവിതം, ശരിയായ വ്യായാമം, ശരിയായ സ്മൃതി, ശരിയായ ധ്യാനം എന്നിവയാണ് അഷ്ടാംഗമാർഗങ്ങൾ.

മൂല്യങ്ങളിലെത്താൻ ഭാരതീയർ പഞ്ചശുദ്ധി കൈവരിക്കണമെന്നു പറയുന്നു. കായശുദ്ധി, വാക്ശുദ്ധി, മനഃശുദ്ധി, ഇന്ദ്രിയശുദ്ധി, ഗൃഹശുദ്ധി എന്നിവയാണ് പഞ്ചശുദ്ധി.

മൂല്യങ്ങളുടെ ഉത്തരവാദിത്തം ശ്രദ്ധേയമാണ്. സത്യത്തോടുള്ള ഉത്തരവാദിത്തത്തെ ബ്രഹ്മയജ്ഞം എന്നും, പൂർവികരോടുള്ള ഉത്തരവാദിത്തത്തെ പിതൃയജ്ഞം എന്നും അറിയപ്പെടുന്നു. പ്രകൃതിയോടും പ്രപഞ്ചപ്രതിഭാസങ്ങളോടുമുള്ള ഉത്തരവാദിത്തത്തെ ഭൂതയജ്ഞം എന്നു വിളിക്കുന്നു. മനുഷ്യയജ്ഞ മൂല്യ ഉത്തരവാദിത്തം സഹോദരങ്ങളെ സ്നേഹിക്കുക, സഹായിക്കുക ഓരോ മനുഷ്യനെയും സ്വന്തം സഹോദരനായി കണക്കാക്കുക എന്നതാണ്.

മഹാത്മജി തന്റെ സത്യാന്വേഷണ പരീക്ഷണ കഥ അവസാനിപ്പിക്കുന്നത് ഭാരതീയ മൂല്യങ്ങളിലെ “സത്യംവദഃ ധർമ്മം ചരഃ”യെ സൂചിപ്പിച്ചുകൊണ്ടാണ്. “സത്യമല്ലാതെ മറ്റൊരു ഈശ്വരനില്ലെന്ന് എന്റെ അഴിവില്ലാത്ത അനുഭവങ്ങൾ എന്നെ ബോധ്യപ്പെടുത്തിയിരിക്കുന്നു.. സത്യത്തെ സാക്ഷാത്ക്കരിക്കാനുള്ള ഏകമാർഗം അഹിംസയാണ്.” ചുരുക്കത്തിൽ അഹിംസയാണ് വിദ്യാഭ്യാസത്തിന്റെ ലക്ഷ്യം.

പഠനചക്രം

“ഒരു പാവം അധ്യാപകൻ പറയും. എന്നാൽ ഒരു സാധാരണ അധ്യാപകൻ പഠിപ്പിക്കും. നല്ല അധ്യാപകൻ വിശദീകരിക്കും. ബുദ്ധിശാലിയായ അധ്യാപകൻ പ്രകടിപ്പിക്കും. മഹാനായ അധ്യാപകൻ പ്രചോദിപ്പിക്കും” ഒരു ജാപ്പനീസ് പഴമൊഴിയാണിത്. ഭാരതത്തെ പ്രചോദിപ്പിച്ച ഒരു രാജാവുണ്ട്. മഹാനായ അശോകചക്രവർത്തി. അശോകചക്രവർത്തിയുടെ പേരിലാണല്ലോ അശോകചക്രം.

അശോകചക്രത്തിന് ഇരുപത്തിനാലു ആരക്കാലുകളുണ്ട്. അശോകചക്രത്തെ നാം ധർമ്മചക്രമെന്ന് പറയുന്നു. എന്തുകൊണ്ടാണ് ഭാരതത്തിന്റെ ഔദ്യോഗികമുദ്രയായ ധർമ്മചക്രത്തിന് ഇരുപത്തിനാല് ആരക്കാലുകൾ ക്ലിപ്തപ്പെടുത്തിയത്. ഇരുപത്തിയഞ്ചോ ഇരുപത്തിമൂന്നോ ആയാലെന്താ?

ഉത്തരം പ്രസക്തമാണ്. ഇരുപത്തിനാല് എന്നത് ഇരുപത്തിനാല് മണിക്കൂറിനെയാണ് സൂചിപ്പിക്കുന്നത്. ധർമ്മമാകുന്ന പ്രവൃത്തി മാത്രമേ ഇരുപത്തിനാലു മണിക്കൂറും നടന്നു കൊണ്ടിരിക്കാവൂ എന്നാണ് മഹാനായ അശോകചക്രവർത്തി ധർമ്മചക്രത്തിലൂടെ നമുക്കു കാണിച്ചുതന്നത്.

ഈ ധർമ്മചക്രം പോലെത്തന്നെയാണ് വിദ്യാർത്ഥിയുടെ പഠനചക്രം. ഒരു വിദ്യാർത്ഥി ഇരുപത്തിനാലു മണിക്കൂറും പഠിച്ചുകൊണ്ടിരിക്കുന്നവനാണ്.

ഇവിടെ വിദ്യാർത്ഥി മാത്രമല്ല. രക്ഷിതാവും കുടുംബവും വിദ്യാർത്ഥിയുടെ പഠനവുമായി എപ്പോഴും ബന്ധപ്പെട്ടിരിക്കുന്നു.

പഠനചക്രം ഉരുട്ടുന്നത് രക്ഷിതാവായിരിക്കണം. പഠനചക്രത്തിന്റെ പ്രതലം അധ്യാപകനുൾപ്പെടുന്ന വിദ്യാലയവുമായിരിക്കും. ചുരുക്കത്തിൽ പഠനചക്രം വിദ്യാർത്ഥിയായി സങ്കല്പിക്കാം.

പുതിയ കാലഘട്ടത്തിൽ പഠനം എങ്ങനെ എളുപ്പമാക്കാം എന്നതിനെക്കുറിച്ചാണ് ചർച്ച ചെയ്യുന്നത്. എളുപ്പത്തിൽ എങ്ങനെ എ പ്ലസ് നേടാമെന്നതിനെക്കുറിച്ചാണ് ഗൗരവമായി ആലോചിക്കുന്നത്!

അതിനുള്ള ഉത്തരമാണ് ഇരുപത്തിനാലു മണിക്കൂറും പഠിക്കുക എന്നത്. പഠനത്തെ ഒരു ജീവിതരീതിയാക്കി മാറ്റുകയാണ് ചെയ്യേണ്ടത്.

പഠനം ഭക്ഷണം കഴിക്കുന്നതുപോലെയാവണം. ഒരു നേരം ഭക്ഷണം കഴിച്ചില്ലെങ്കിൽ നമുക്ക് വിശപ്പനുഭവപ്പെടുന്നതുപോലെ ഒരു നേരം പഠിച്ചില്ലെങ്കിൽ മനസ്സിൽ ജ്ഞാനവിശപ്പ് അനുഭവപ്പെടണം.

നല്ല ഭക്ഷണം തയ്യാറാക്കുന്ന അമ്മ തീൻ മേശയ്ക്കു ചുറ്റുമിരിക്കുന്നവരിൽ പ്രസരിപ്പുണ്ടാക്കുന്നതു പോലെ നല്ലവണ്ണം പഠിച്ചുകൊണ്ടിരിക്കുന്ന കുട്ടികൾ കുടുംബത്തിൽ സ്നേഹപ്രകാശം ചൊരിയുന്നു.

റൂസ്സോ പറഞ്ഞിട്ടുണ്ട്. ഒരു കുട്ടിക്ക് വിദ്യാഭ്യാസം കൊടുക്കാൻ പോകുമ്പോൾ രണ്ടിലൊന്നു നിശ്ചയിക്കണം. അവനെ ഒരു പൗരനാക്കണോ അതോ ഒരു നല്ല മനുഷ്യനാക്കണോ എന്ന്. ഇത് രണ്ടും കൂടി ഒരു സ്കൂളിൽ പഠിപ്പിക്കുവാൻ സാധിയ്ക്കില്ല.

കുട്ടിയെ പൗരനാക്കുന്നത് സ്കൂളിൽ നിന്നാണ്. എന്നാൽ മനുഷ്യനാക്കുന്നത് വീട്ടിൽ നിന്നാണ്.

നല്ലവണ്ണം വീട്ടിൽ നിന്നു പഠിക്കുന്ന കുട്ടിയാണ് സ്കൂളിലും നല്ല കുട്ടിയാവുന്നത്. രാത്രി ഏറെ പഠിക്കുന്ന കുട്ടി സ്വപ്നത്തിലും കാണുന്നത് പഠനസംബന്ധമായ കാര്യങ്ങളായിരിക്കും. അപ്പോൾ ഇരുപത്തിനാലു മണിക്കൂറും പഠനചക്രം കറങ്ങുന്നു.

എ.പി.ജെ അബ്ദുൾ കലാം പറഞ്ഞത് അതുകൊണ്ടാവാം. നാം സ്വപ്നം കാണാൻ പഠിക്കണമെന്ന്. പഠനചക്രം കറങ്ങിയാൽ ജീവിതചക്രം സുഗമമായി മുന്നോട്ടു പോകും. വിദ്വാന് വിദ്വാനെ അറിയാൻ സാധിക്കുന്നു.

"കറ്ററിന്താർ കൽവി വിളക്കും കചടറച്ചൊറ്റെരിതൻ വല്ലാർ അകത്തു"

"വിദ്വാൻ വിദ്വാനെ അറിയുന്നു. ഗ്രന്ഥതത്ത്വങ്ങളും മറ്റും നല്ലപോലെ അഭ്യസിച്ചറിഞ്ഞ വിദ്യാസമ്പന്നന്റെ ജ്ഞാനം പണ്ഡിതസദസ്സിൽ നന്നേ ശോഭിക്കും."- തിരുക്കുറൾ.

പഠനമെന്നാൽ സമർപ്പണം

"മസ്തിഷ്കത്തിലേക്കു കുത്തിച്ചെലുത്തി അവിടെ മരണംവരെ ദഹിക്കാതെ അനിയതമായി വ്യാപരിക്കുന്ന വിവരങ്ങളുടെ ആകെത്തുകയല്ല വിദ്യാഭ്യാസം. ജീവിതത്തെ പടുത്തുകെട്ടുന്ന, മനുഷ്യനെ വാർത്തെടുക്കുന്ന, സ്വഭാവത്തിനു രൂപംകൊടുക്കുന്ന ആശയങ്ങളെ സാമ്യപ്പെടുത്തുകയാണ് നമുക്കുവേണ്ടത്. നിങ്ങൾ അഞ്ച് ആശയങ്ങളെ സാമ്യപ്പെടുത്തിയെങ്കിൽ അവയെ നിങ്ങളുടെ ജീവിതവും സ്വഭാവവുമാക്കിത്തീർത്തു കഴിഞ്ഞെങ്കിൽ, ഒരു ഗ്രന്ഥശാല മുഴുവൻ ഹൃദിസ്ഥമാക്കിയ മറ്റൊരുവനെക്കാൾ ഏറെ വിദ്യാഭ്യാസം നിങ്ങൾക്കുണ്ട്," സ്വാമി വിവേകാനന്ദൻ വിദ്യാഭ്യാസത്തിന്റെ മഹത്വം നമ്മെ ബോധ്യപ്പെടുത്തുന്നു.

ജീവിതം പടുത്തുയർത്തുന്നതാണ് വിദ്യാഭ്യാസം. ഒരു മനുഷ്യന്റെ ആയുസ്സു നമുക്കറിയാം. നൂറ്റിയിരുപത്. എന്നാൽ നൂറ്റിയിരുപതു വയസ്സുവരെ ജീവിച്ചിരിക്കുന്നവർ വളരെ പരിമിതം. ശരാശരി ആയുസ്സ് എഴുപതിനും എൺപതിനു മിടയിലാണ്. അപ്പോൾ നമുക്ക് പഠനത്തെ ഒരു എൺപത് നിലകളുള്ള ഒരു കെട്ടിടം പണിയുന്നതായി സങ്കല്പിച്ചു നോക്കൂ.

നാം ഒരു പുരുഷായുസിനു വേണ്ടി പണിയുന്ന വീട് ഒരുനില അല്ലെങ്കിൽ രണ്ടുനില മാത്രമാണ്. ആ കെട്ടിടം പണിപൂർത്തിയാവാൻ പെടുന്ന പാട് എത്രയാണ്. യഥാർത്ഥത്തിൽ വിദ്യാഭ്യാസത്തിനുവേണ്ടി നാം ഒരു വീടുപണിക്കു വേണ്ടിയുള്ള മിനക്കേടുപോലും ചെയ്യുന്നില്ല.

രക്ഷിതാക്കൾ കുട്ടികൾക്ക് നല്ല വസ്ത്രം വാങ്ങിക്കൊടുക്കുന്നു. നല്ല പേനവാങ്ങിക്കുന്നു. ടിഫിൻ ആകർഷണീയമായതും വിലകൂടിയതും നൽകുന്നു. പരസ്യങ്ങളിൽ ഏറ്റവും നിറഞ്ഞു നിൽക്കുന്ന ബാഗ് വാങ്ങിക്കൊടുക്കുന്നു. മികച്ച നോട്ടു പുസ്തകങ്ങളും വാങ്ങിക്കുന്നു. അവസാനമാണ് യഥാർത്ഥത്തിൽ പഠിക്കാൻ വേണ്ട പാഠപുസ്തകങ്ങൾ വാ

ങ്ങിക്കുന്നത്. ഒരുക്കങ്ങൾക്കിടയിൽ നാം ഏറ്റവും ആവശ്യമായത് മറന്നു പോകുന്നു. ചിലകുട്ടികൾ പാഠപുസ്തകം മാത്രം വാങ്ങിക്കില്ല. ബാക്കിയെല്ലാം വാങ്ങാൻ രക്ഷിതാവ് പണം നൽകും. മൊബൈൽഫോണും ബുള്ളറ്റും കോളേജ് വിദ്യാർത്ഥിക്കുവാങ്ങിക്കൊടുക്കുന്ന രക്ഷിതാവ് ഒരിക്കലും പാഠപുസ്തകങ്ങൾ മുഴുവനും വാങ്ങിയോ എന്ന് തിരക്കാറില്ല, പരിശോധിക്കാറുമില്ല. എൺപതു വയസ്സു വരെ ശരാശരി ജീവിക്കേണ്ട മനുഷ്യന് എൺപതുനിലകളുള്ള ഒരു വീടാണ് പണിയുന്നതെന്നും എൺപതുനില വീടു പണിയാനുള്ള ശ്രമകരമായ ദൗത്യമാണ് വിദ്യാഭ്യാസമെന്നും രക്ഷിതാവിനും വിദ്യാർത്ഥിയ്ക്കും അധ്യാപകനും ബോധ്യമുണ്ടാവണം.

ഏതൊരാശയവും നിങ്ങളുടെ മനസ്സിനെ ബലപ്പെടുത്തുന്നതാണെങ്കിൽ സ്വീകരിക്കുക. അല്ല ദുർബലപ്പെടുത്തുന്നതാണെങ്കിൽ നിരാകരിക്കുക, എന്ന് വിവേകാനന്ദ സ്വാമികൾ പറയാറുണ്ട്.

നമ്മുടെ ഔപചാരിക വിദ്യാഭ്യാസം ജീവിതത്തിലേക്കുള്ള ഒരു തിരഞ്ഞെടുപ്പ് മാത്രമാണ്. തിരഞ്ഞെടുക്കൽ പ്രക്രിയയിൽ കേവലം ആവശ്യത്തിനാണ് മുൻതൂക്കമുണ്ടാവുക. അവിടെ നമ്മുടെ പഞ്ചമൂല്യങ്ങൾ അവഗണിക്കപ്പെടുന്നു.

അതുകൊണ്ടുതന്നെ പഞ്ചമൂല്യങ്ങൾ ബലപ്പെടുത്തേണ്ടത് കുടുംബത്തിൽ നിന്നാണ്. ഗാന്ധിജി ഒരിക്കൽ പറയുകയുണ്ടായി."ഓരോ വീടും ഓരോ രക്ഷിതാക്കളുമാണ് യഥാർത്ഥ അധ്യാപകർ" എന്ന്. മാതാവും പിതാവും യഥാർത്ഥ അധ്യാപകരായാൽ വീട് ഒരു യഥാർത്ഥ വിദ്യാലയമായി മാറും.

എല്ലാം സമർപ്പിക്കുന്നതാണ് മനുഷ്യത്വമെന്നും സമർപ്പണമാണ് വിദ്യാഭ്യാസമെന്നും വിദ്യാർഥി വീട്ടിൽ നിന്നു പഠിക്കുന്നു. സമർപ്പണം എന്ന വാക്കിനെ തമാശക്കു നമുക്ക് ഇങ്ങനെയും വിളിക്കാം. സമരം+പണം=സമർപ്പണം. വിദ്യാഭ്യാസമെന്നാൽ സമരം ചെയ്യലും പണം ഉണ്ടാക്കാനുള്ള ഉപാധിയുമാണ് എന്നുസാരം. നമ്മുടെ ഭാരതീയ കാഴ്ചപ്പാടിൽ വിദ്യാഭ്യാസമെന്നാൽ സമർപ്പണം എന്നാണർത്ഥം. തനിക്കു ലഭിച്ചതുമുഴുവൻ സമൂഹത്തിനും രാജ്യത്തിനും സമർപ്പിക്കുന്നതാണ് വിദ്യാഭ്യാസത്തിലൂടെ നേടേണ്ടത്. അങ്ങനെ തനിക്കു ലഭിച്ചതുമുഴുവൻ എല്ലാവർക്കും നൽകുന്ന ഓരേയൊരു പഠിതാവ് കർഷകൻ മാത്രമാണ്. ഒരു വിദ്യാർത്ഥി മാതൃകയാക്കേണ്ട സമർപ്പണത്തിന്റെ ഉത്തമ പുരുഷനാണ് കൃഷിക്കാരൻ. കുരു എന്ന ഋഷിയിൽ നിന്നാണ് കൃഷി എന്ന വാക്കുണ്ടായത്. കുരുവിന്റെ സമർപ്പണമാതൃക ഒരു മഹത്തായ കഥയാണ്.

കുരുക്ഷേത്രം എന്ന പേരിനു പിന്നിൽ

ഋഗ്വേദകാലഘട്ടത്തിലെ ഒരു രാജാവായിരുന്നു കുരു. സരസ്വതീ നദീതീരത്തായിരുന്നു അദ്ദേഹത്തിന്റെ സാമ്രാജ്യം. ഭരണ പാടവംകൊണ്ട് സമ്പന്നമായ പ്രദേശമായിരുന്നു കുരുവിന്റെ നാട്. എല്ലാവർക്കും എല്ലാമുണ്ട്. ഓരോ വീടും സമ്പത്സമൃദ്ധം. ദാരിദ്ര്യത്തിന്റെ ഒരു ചെറുതരി പോലുമില്ലാത്ത സമ്പത്സമൃദ്ധിയുടെ കേദാരം.

കുരു തന്റെ നാടാകെ ചുറ്റിക്കറങ്ങി. പ്രജകളോട് ഇടപഴകി. എല്ലാവർക്കും വീടുണ്ട്. ഇഷ്ടംപോലെ ആഹാരസാധനങ്ങളുണ്ട്. എല്ലാ ഭൗതികവസ്തുക്കളും കൊണ്ട് സമ്പന്നമായിരിക്കുന്നു തന്റെ സാമ്രാജ്യം. പക്ഷേ, എന്തോ ഒരു കുറവുണ്ട്. പ്രജകളുടെ കണ്ണുകളിൽ അതു വായിച്ചെടുക്കാം. ഇല്ലാത്തത് എന്താണത്!

സന്തോഷം തന്നെ. എല്ലാവർക്കും എല്ലാമുണ്ട്. സന്തോഷമില്ല. കുരുവിനു മനസ്സിലായി. പ്രജകൾക്ക് അഷ്ടഗുണങ്ങളുണ്ടായാലേ സന്തോഷമുണ്ടാകു. തന്റെ കൊട്ടാരം മുഴുവൻ സ്വർണമയമാണ്. പ്രജകളുടെ ഭവനങ്ങളിലും സ്വർണമേറെയുണ്ട്. ഇതൊന്നുമല്ല മാനവപുരോഗതി.

മഹാരാജാവ് ഒരു തീരുമാനമെടുത്തു. സരസ്വതീ നദീതീരത്ത് അഷ്ടഗുണങ്ങൾ വിതക്കാനുള്ള ഒരു പരിപാവനമായ സ്ഥലംകണ്ടെത്തുക. അഷ്ടഗുണങ്ങളായ തപം, സത്യം, ദയ, വിശുദ്ധി, നന്മ, ദാനശീലം, ബ്രഹ്മചര്യം, വിദ്യ എന്നീ ആത്മീയ സിദ്ധികൾ കൈവരിക്കാനുള്ള കർമ്മം ചെയ്യണം.. നൂറ്റിയൻപത് കിലോമീറ്റർ വിസ്തീർണമുള്ള മനോഹരമായ ഭൂമി സരസ്വതീ നദീ തീരത്ത് കുരു തിരഞ്ഞെടുത്തു.

കുരു സ്വർണരഥത്തിലാണവിടെയെത്തിയത്. ആ സ്വർണരഥം വേർപെടുത്തി. സ്വർണരഥംകൊണ്ട് കലപ്പയും നുകവുമുണ്ടാക്കി. മനോഹരമായ പരന്ന ഈ ഭൂമിയെ ഉഴുതുമറിക്കണം. എന്നിട്ട് അഷ്ടഗുണങ്ങൾ

ഈ മണ്ണിൽ വിതക്കണം. വാർധക്യത്തിലേക്കുകടന്ന കുരു എന്ന രാജാവ് നിലം ഉഴുതുമറിക്കാൻ ശിവന്റെ കാളയുടെയും യമധർമ്മമഹാരാജാവിന്റെ പോത്തിന്റെയും സഹായം തേടി. വിസ്തൃതമായ ഭൂമിയിൽ സ്വർണക്കലപ്പയും നുകവും കൊണ്ട് ഉഴുതുമറിക്കുകയാണ്.

അപ്പോൾ അതുവഴി ദേവേന്ദ്രൻവന്നു. കുരുനിലമുഴുതുമറിക്കുന്നതു കണ്ട ഇന്ദ്രൻ ചോദിച്ചു, "ഹേ രാജൻ താങ്കൾ എന്താണ് ചെയ്യുന്നത്. രാജാവ് നേരിട്ട് നിലം ഉഴുതുമറിക്കുകയോ?"

കുരു മറുപടി പറഞ്ഞു, "ദേവേന്ദ്രാ ഞാൻ അഷ്ടഗുണങ്ങൾ വിതയ്ക്കാൻ വേണ്ടിയാണ് നിലമൊരുക്കുന്നത്."

ദേവേന്ദ്രൻ കുരുവിനെ നോക്കി പരിഹാസത്തോടെ എന്തോ പറഞ്ഞ് അവിടെ നിന്നും യാത്രയായി. കുരു തന്റെ പ്രവർത്തി പ്രതീക്ഷയോടെ തുടർന്നു. അപ്പോൾ അതുവഴി വിഷ്ണു ഭഗവാൻ വന്നു. വിഷ്ണുഭഗവാനും ഇന്ദ്രൻ ചോദിച്ച അതേ ചോദ്യം ആവർത്തിച്ചു. അപ്പോൾ കുരു മറുപടിപറഞ്ഞു, "ഭഗവാനെ അഷ്ടഗുണങ്ങളുടെ വിത്തുകൾ മുളപ്പിച്ചു വളർത്താൻ വേണ്ടിയാണ് നിലമൊരുക്കുന്നത്."

അപ്പോൾ വിഷ്ണുഭഗവാൻ ചോദിച്ചു. എവിടെ വിത്തുകൾ? കുരു ആദ്യം ഒന്നു പതറി. ഉടൻതന്നെ തന്റെ വലതുകൈ ഭക്തിയോടെ വിഷ്ണുവിന്റെ നേരെ നീട്ടി. മഹാവിഷ്ണു തന്റെ സുദർശനചക്രമെടുത്ത് കുരുവിന്റെ വലതുകരം ആയിരം പതിനായിരം കഷണങ്ങളാക്കി വെട്ടിനുറുക്കി ഉഴുതുമറിച്ച ഭൂമിയിൽ വിതറി. മഹാവിഷ്ണുവീണ്ടും കുരുവിനോടു ചോദിച്ചു. എവിടെ ധാന്യമണികൾ? കുരു തന്റെ ഇടതുകൈയും തുടർന്ന് മഹാവിഷ്ണു വീണ്ടും വീണ്ടും ചോദ്യം തുടർന്നപ്പോൾ തന്റെ ഇരുകാലുകളും തുടർന്ന് ശിരസ്സും മഹാവിഷ്ണുവിന് സമർപ്പിച്ചു.

അവസാനം വിഷ്ണുഭഗവാൻ ചോദ്യം ആവർത്തിച്ചപ്പോൾ ബാക്കിയുള്ള കബന്ധം വിഷ്ണുവിന്റെ കാൽക്കലേക്ക് ചാടി വീഴുകയും സമർപ്പിക്കുകയും ചെയ്തപ്പോൾ മഹാവിഷ്ണു അതും പതിനായിരം കഷ്ണങ്ങളാക്കി ഭൂമിയിൽ വിതറി. കുരുവിന്റെ ഭക്തിയിൽ പ്രസാദിച്ച മഹാവിഷ്ണു ഇങ്ങനെയും ഒരു മനുഷ്യനോ? ഇയാൾ പുനർജനിക്കണമെന്നു ചിന്തിക്കുകയും കുരുവിനെ ജീവിപ്പിക്കുകയും ചെയ്തുവത്രേ. മഹാവിഷ്ണു ആ സമയത്ത് കുരുവിനെ നോക്കി പറഞ്ഞു, "കുരു നീ ഋഷിയാണ്. തനിക്കുള്ളതെല്ലാം ഭൂമിദേവിക്ക് സമർപ്പിച്ച നീയാണ് യഥാർഥ ഋഷി." കുരുഋഷി കുരുഋഷി വിഷ്ണു ഭഗവാൻ ഉരുവിട്ട ആ പദമാണ് പിന്നീട് ലോപിച്ച് കുരു+ഋഷി=കൃഷി ആയി മാറിയത്. വിഷ്ണുഭഗവാൻ

കുരുവിനോട് എന്തുവരം വേണമെങ്കിലും ചോദിക്കാനാജ്ഞാപിച്ചു. കുരു പറഞ്ഞു. ഈ പുണ്യഭൂമിയെ കുരുക്ഷേത്രം എന്നറിയപ്പെടണം. ഇവിടെ മരിച്ചുവീഴുന്നവർ പാപികളാണെങ്കിൽപോലും സ്വർഗത്തിലേക്ക് പ്രവേശനം നൽകണം.

മാനവവംശത്തിന് ആദ്ധ്യാത്മികവും സാന്മാർഗികവുമായ ഉന്നതിക്കു വേണ്ടിയാണ് കുരു തനിക്കുള്ളതെല്ലാം സമർപ്പിച്ച് കുരുക്ഷേത്രമുണ്ടാക്കിയത്.

വായനയ്ക്കു പ്രായഭേദമില്ല

മലയാളകഥയുടെ കുലപതി ടി. പത്മനാഭൻ പറയുന്നുണ്ട്; "വായന യാത്ര പോലെ മനോഹരമാണ്. ഭക്ഷണം ശരീരത്തിന് ആരോഗ്യം നൽകുന്നതു പോലെ വായന മനസ്സിന് ഉണർവേകുന്നു." നാം രക്ഷിതാക്കൾ പലപ്പോഴും പറയുന്ന ഒരു പരാതിയുണ്ട്. കുട്ടി തീരെ വായിക്കുന്നില്ല. പുസ്തകം കൈകൊണ്ടുതൊടുന്നില്ല. ഈ പരാതി അധ്യാപകനോടാണ് പറയുന്നത്. ഇവിടെ ഈ പരാതി പറയുന്ന രക്ഷിതാവ് പുസ്തകം വായിക്കാറുണ്ടോ എന്ന് തിരിച്ചു ചോദിച്ചാൽ ഓ, നമുക്കൊക്കെ പ്രായമായില്ലേ, ഇനി എന്തിനാ വായിക്കുന്നത് എന്ന മറുപടി ലഭിക്കും. പരാതി കേൾക്കുന്ന അധ്യാപകനും ഒരാത്മപരിശോധന നടത്തണം, 'ഞാനും ഒരു വായനക്കാരനാണോ' എന്ന്.

ഭക്ഷണത്തിനു പ്രായഭേദമില്ല. അതുപോലെ തന്നെയാണ് സംസ്കാര സമ്പന്നനായ മനുഷ്യനും വായനയെ കാണേണ്ടത്. പ്രായമേറുംതോറും വായനാശീലം കൂടിവരുമെന്നതിനും മാതൃകയാണ് പഴയകാല തറവാടുകളിലെ കാരണവരുടെ മുടങ്ങാതെയുള്ള വായന.

കുഞ്ഞുങ്ങൾ വായിക്കണമെങ്കിൽ ആദ്യം രക്ഷിതാക്കൾ വായിക്കണം. രക്ഷിതാക്കൾ വായിച്ചു തിരഞ്ഞെടുത്ത് വായിക്കാൻ കൊള്ളാവുന്ന പുസ്തകങ്ങൾ മക്കൾക്കു നൽകുമ്പോൾ ശരിയായ വായനാപഥം ഉണ്ടാകുന്നു. ഭക്ഷണം പാകം ചെയ്യുന്ന അമ്മ ഉപ്പുനോക്കി, രുചിനോക്കി, പിന്നീടാണ് മക്കൾക്കു നൽകുന്നത്. അതുപോലെ അമ്മ വായിച്ച് ഉപ്പുനോക്കി, രുചിച്ചുനോക്കി കുഞ്ഞുങ്ങൾക്കു നൽകുമ്പോൾ അമ്മവായന, പിന്നീട് കുഞ്ഞുവായന സഫലമാക്കുന്നു.

യഥാർഥത്തിൽ അമ്മവായനയിലൂടെ കുടുംബവായനയാണ് രൂപം കൊള്ളുന്നത്. വായനയിലൂടെ ലഭിച്ച സർഗസംവാദങ്ങൾ കുടുംബത്തിൽ

ഉടലെടുക്കുന്നു. ഒരു പുസ്തകചർച്ച അടുക്കളയിൽ ചൂടുപിടിക്കുന്നു. ചർച്ചയിലൂടെ അമ്മവായന നന്മവായനയായി മാറുന്നു.

അമ്മവായനയെ ഒരു ജീവിതസംസ്കാരമാക്കിമാറ്റിയത് വിദ്യാഭ്യാസ രംഗത്തെ സർഗാത്മകതയുടെ സാക്ഷ്യപത്രമായി മാറുന്നു.

വായനയ്ക്കു പ്രായഭേദമോ ലിംഗഭേദമോ ഇല്ല. ഒരു വീട്ടിലെ എല്ലാവരും ഒരുമിച്ചിരുന്ന് ഭക്ഷണം കഴിക്കുന്നതുപോലെ, ടിവി കാണുന്നതുപോലെ ഒന്നിച്ചിരുന്ന് ഒരു നിശ്ചിതസമയം പൊതുവായന രൂപപ്പെടുത്തണം. വാട്സ്ആപ്പ് വായനയും ഫേസ്ബുക്ക് വായനയും ഇ-വായനയും നമ്മുടെ വായനാരസത്തിന്റെ സർഗാത്മകത നഷ്ടപ്പെടുത്തിയിട്ടുണ്ട്.

വായന ഒരു ജീവിതശൈലിയാക്കി മാറ്റിയവരാണ് ഓരോ മഹാന്മാരും. മഹാത്മജി ഭഗവത്ഗീത വായിച്ചതിനു ശേഷമാണ് തന്റെ ദിനചര്യകൾ ആരംഭിച്ചിരുന്നത്. ലോകത്തിലെ അന്നുവരെയുള്ള മിക്ക പുസ്തകങ്ങളിലൂടെയും സഞ്ചരിച്ചാണ് ബാലഗംഗാധര തിലകൻ 'ഗീതാരഹസ്യം' എഴുതിയത്. നെഹ്റുവിന്റെ 'ഇന്ത്യയെ കണ്ടെത്തൽ' അദ്ദേഹത്തിന്റെ വായനാശീലത്തിന്റെ സാക്ഷ്യമാണ്.

2011-ൽ ഇന്ത്യയിൽ വനിതകളിൽ ആദ്യമായി ഐഎഎസു റാങ്കു നേടിയ ദിവ്യദർശിനി എന്ന തമിഴ് പെൺ കുട്ടി ഒരു കോച്ചിങ് സെന്ററിലും പോകാതെയാണ് ഒന്നാം റാങ്കുകാരിയായത്. പ്രൈമറിക്ലാസുകളിൽ നിന്നു തുടങ്ങിയ പത്രവായനാശീലം എത്ര തിരക്കുകളുണ്ടായാലും ആ പെൺകുട്ടി മുടക്കിയില്ല. വായിച്ചത് പൊതുവിജ്ഞാനരൂപത്തിലുള്ള ചോദ്യങ്ങളാക്കി നോട്ടുബുക്കുകളിൽ അതാതു ദിവസത്തെ തിയ്യതിയും രേഖപ്പെടുത്തി കുറിച്ചിട്ടു. കിട്ടാവുന്ന എല്ലാ മാഗസിനുകളും ഇടതടവില്ലാതെ വായിച്ചു.. ആഴ്ചയിൽ ഒരു പുസ്തക മെങ്കിലും വായിച്ചില്ലെങ്കിൽ ദിവ്യദർശിനിയ്ക്ക് അസ്വസ്ഥത അനുഭവ പ്പെടും.

ആദ്യമാദ്യം ചെറിയ പുസ്തകങ്ങൾ വായിച്ചു. പിന്നീട് പുസ്തകവായനയിൽ തെരഞ്ഞെടുപ്പ് ആവശ്യമായിവന്നു. തന്റെ പഠനത്തെ എളുപ്പമുള്ളതാക്കാനുള്ള ഗ്രന്ഥങ്ങളിലൂടെ വായനതുടർന്നു. എംഎ പബ്ലിക്ക് അഡ്മിനിസ്ട്രേഷനിൽ ഒന്നാം റാങ്കും പിന്നീട് ഐഎഎസിൽ ഒന്നാം റാങ്കും നേടിയ ദിവ്യദർശിനി തുടർവായനാശീലത്തിന്റെ മകുടോദാഹരണമാണ്.

വായന ഒരു പ്രചോദനമാണ്. അതുപോലെ കഠിനാധ്വാനത്തിന്റെ സുഖരസനയുമാണ്. വായനയിലൂടെയാണ് പ്രതിഭകൾ ജനിക്കുന്നത്. എഡിസൻ പറഞ്ഞുപോലെ പ്രതിഭ എന്നു പറയുന്നത് ഒരു ശതമാനം പ്രചോദനവും തൊണ്ണൂറ്റിഒൻപതു ശതമാനം വിയർപ്പുമാണ്, അഥവാ കഠി

നാധ്വാനമാണ്.

ബുദ്ധിപരമായി വിയർക്കുന്ന പ്രക്രിയയാണ് വായനാശീലം. അതുകൊണ്ടാണ് UNESCO ലോക പുസ്തകദിനം അഥവാ വായനാദിനം കൊണ്ടാടാൻ തീരുമാനിച്ചത്.

വകതിരിവുള്ളതാവട്ടെ വിദ്യാഭ്യാസം

'യഥാർത്ഥ സ്വരാജ്യ സ്നേഹത്തിന്റെ അർത്ഥം നല്ല വിചാരവും നല്ല പ്രവൃത്തിയും തന്നെയാണ്. മഹാത്മജിയുടെ വാക്കുകളിലൂടെ സഞ്ചരിക്കുമ്പോൾ ദർശിക്കുന്ന രണ്ട് ഘടകങ്ങൾ കാണാം. നല്ല വിചാരം നല്ല പ്രവൃത്തി.

വിദ്യാഭ്യാസത്തിലൂടെ ലഭിക്കേണ്ടരണ്ട് മൂല്യങ്ങളാണ് നല്ല വിചാരവും നല്ല പ്രവൃത്തിയും. മൂല്യം എന്ന വാക്കിന്റെ പച്ച മലയാളം ഏറ്റവും വിലകൂടിയത് എന്നാണ്.

നല്ല വിചാരമുണ്ടാക്കുമ്പോൾ സ്വാഭാവികമായും നല്ല പ്രവൃത്തിയുണ്ടാവുന്നു. ആധുനിക കാലഘട്ടത്തിലെ നമ്മുടെ വിദ്യാഭ്യാസപ്രക്രിയ എല്ലാറ്റിനെയും നിഷേധാത്മകമായി കാണാൻ പഠിപ്പിക്കുന്നു എന്നുള്ളതാണ്. ഒരു പനിനീർച്ചെടിയുടെ സുഗന്ധമുള്ള പുഷ്പത്തെ കാണാതെ അതിന്റെ മുള്ളിനെ കാണുകയും പനിനീർച്ചെടിയെ മുൾച്ചെടിയായി തരം താഴ്ത്തുകയും ചെയ്യുന്ന പ്രക്രിയയാവുന്നു നമ്മുടെ വർത്തമാന വിദ്യാഭ്യാസം

ജ്ഞാനപീഠനേതാവായ മഹാകവി അക്കിത്തം ഒരിക്കൽ ഈ ലേഖകനോട് പറഞ്ഞ വാക്കുകളാണ് മൂല്യാധിഷ്ഠിത ചിന്തയുടെ സ്പർശമണികൾ. 'ഒരാളുടെ കുറ്റം പറയുന്നതിന് മുമ്പ് നാം ചെയ്യേണ്ടത് ആ മനുഷ്യന്റെ തൊണ്ണൂറ്റി ഒൻപത് ഗുണങ്ങൾ ആദ്യം പറയുക അതിനുശേഷമാവട്ടെ നൂറാമത്തേത് കുറ്റമാണെങ്കിൽ പറയുക. അല്ലെങ്കിൽ നൂറു നന്മകൾ പറയുക.'

നൂറു നന്മകൾ കണ്ടെത്തുന്നതാണ് മൂല്യാധിഷ്ഠിത വിദ്യാഭ്യാസം. പുതുയുഗ വിദ്യാഭ്യാസം ഗ്രേസ് മാർക്കിനും ഗ്രേഡിനും വേണ്ടി മാത്രമായി ചുരുങ്ങുന്നു. ഓർമ്മകളുടെ സുഗന്ധം സൃഷ്ടിക്കാത്തനിർവികാ

രതയിലേക്ക് തലമുറയെ തള്ളിവിടുകയാണ് ചെയ്യുന്നത്.

വകതിരിവുള്ളകഴിവുകൾ ഉൾച്ചേർക്കുന്നതാണ് യഥാർത്ഥ വിദ്യാഭ്യാസം. നാം പഠിച്ചു പഠിച്ചു ഉന്നതവിദ്യാഭ്യാസത്തിലെത്തുമ്പോഴേക്കും നമുക്ക് വകതിരിവ് നഷ്ടപ്പെടുന്നതായി കാണാം.

ഭാരതത്തിന് ആദ്യ നോബേൽ സമ്മാനം നേടിക്കൊടുത്ത സി.വി.രാമൻ എന്ന മൗലിക പ്രതിഭയെപ്പോലെ വകതിരിവു നേടിയ മറ്റൊരു പ്രതിഭ ഇന്ത്യയിൽ ഉണ്ടായിട്ടില്ല എന്നു പറയാം. സ്വന്തം രാജ്യത്തിന്റെ സംവിധാനത്തിലൂടെ പഠിക്കുകയും സ്വദേശത്തിൽ നിന്ന് തന്റെ ഗവേഷണം നടത്തുകയും രാമൻ ഇഫക്ട് കണ്ടെത്തുകയും ചെയ്തപ്പോൾ ശാസ്ത്രരംഗത്ത് സി.വി.രാമൻ രാമരാജ്യം സൃഷ്ടിക്കുകയാണ് ചെയ്തത്. പിന്നീട് നാം അത്തരത്തിലൊരു പ്രതിഭയെക്കാണുന്നത് രാമേശ്വരത്തു നിന്നു വന്ന എ.പി.ജെ.അബ്ദുൾ കലാമാണ്.

വകതിരിവുള്ള വിദ്യാഭ്യാസത്തെ നമുക്ക് മൂല്യാധിഷ്ഠിത വിദ്യാഭ്യാസമെന്നു വിളിക്കാം. കുടിക്കുന്ന കഞ്ഞിയിൽ കല്ലു കടിച്ചതു കൊണ്ട് കഞ്ഞിപ്പാത്രം തച്ചുടക്കുകയും കഞ്ഞിവച്ച കഞ്ഞിക്കലം വരെ അടിച്ചു തകർക്കുകയും അടുപ്പിൽ പച്ചവെള്ളമൊഴിച്ച് അടുപ്പ് മാന്തിക്കളയുന്നതും ഒന്നാലോചിച്ചു നോക്കൂ.

ഏതോ ഒരു രാജ്യത്തെ രാജാവിനെ തൂക്കിക്കൊന്നാൽ നാം പഠിക്കുന്ന വിദ്യാലയത്തിന്റെ ജനാലകൾ അടിച്ചു തകർക്കുകയും , പ്രിൻസിപ്പാലിനെ സമരം ചെയ്യാനനുവദിക്കാത്തതിന്റെ പേരിൽ ഘൊരാവോ ചെയ്യുകയും പൂട്ടിയിടുകയും ചെയ്യുന്ന വിദ്യാർത്ഥി സമൂഹത്തെ നമുക്കു ചുറ്റും കാണാം. ഇത്തരം വകതിരിവില്ലാത്ത വിദ്യാർത്ഥി സമൂഹത്തെ സൃഷ്ടിക്കുന്ന വിദ്യാഭ്യാസ കേന്ദ്രങ്ങൾ നിഷേധകേന്ദ്രങ്ങളാണെന്നുള്ളത് തർക്കരഹിത വസ്തുതയാണ്.

സംവാദങ്ങൾ സൃഷ്ടിക്കുന്നതാണ് വിദ്യാഭ്യാസം. സംഘർഷങ്ങൾ സൃഷ്ടിക്കുന്നത് വികലാഭ്യാസമാണ്. രാമായണത്തിന്റെ തുടക്കം തന്നെ വകതിരിവുള്ള പഠനപ്രക്രിയയ്ക്ക് ഉദാഹരണമാണ്. ശിവനും പാർവതിയും തമ്മിൽ നടക്കുന്ന ബുദ്ധിപരമായ, സർഗപരമായ ചർച്ചയെ ഉമാമഹേശ്വര സംവാദം എന്നാണ് വിളിക്കുന്നത്. അല്ലാതെ ശിവനും പാർവതിയും തമ്മിലുള്ള കുടുംബവഴക്ക് എന്നല്ല വ്യാഖ്യാനിക്കേണ്ടത്.

കൃത്യമായ ഗുണശീലങ്ങളുണ്ടാക്കുന്നതായിരിക്കണം മികച്ച വിദ്യാലയം. വിദ്യാർത്ഥികൾ എങ്ങനെ പഠിക്കുന്നു എന്നതല്ല, എങ്ങനെ പെരുമാറുന്നു എന്നതാവണം സ്ഥാപത്തിന്റെ അളവുകോൽ. ഏറ്റവും കൂടുതൽ എ പ്ളസ് നേടുന്ന പഠിക്കുന്ന സ്ഥാപനമാണ് ഇന്ന് മികവിന്റെ

കേന്ദ്രങ്ങളായി അറിയപ്പെടുന്നത്.

നാം പറയാറുണ്ട് വ്യക്തിത്വം വ്യക്തിത്വം എന്ന്. വ്യക്തമാക്കുന്നത് എന്ന വാക്കിൽ നിന്നാണ് വ്യക്തിയുണ്ടായിരിക്കുന്നത്. സദ്ഗുണ ങ്ങൾ ഒരാളിൽ ദർശിക്കുമ്പോൾ അത്തരം മനുഷ്യരെയാണ് വ്യക്തിത്വ മുള്ളവർ എന്നു വിശേഷിപ്പിക്കുന്നത്.

വിജ്ഞാനത്തിന്റെ ആധാരം അന്വേഷിക്കുന്നവനാണ് വിദ്യാർത്ഥി. വിജ്ഞാനത്തിന്റെ ആധാരം മൂല്യങ്ങളുടെ ഭണ്ഡാരം തന്നെയാണ്. പ ട്ടാപ്പകൽ എന്തിനാണ് തീ കൊളുത്തുന്നത് എന്ന് ഒരുവൻ പറയുകയാ ണെങ്കിൽ അവനെ തിരുത്തുന്ന പ്രക്രിയ-അതാണ് വകതിരിവുള്ള വിദ ്യാഭ്യാസം.

പരസ്യങ്ങൾ 'മഞ്ചും' 'നഞ്ചു'മാവുമ്പോൾ

കുട്ടികളെ ഏറ്റവും കൂടുതൽ ആകർഷിച്ച ഒരു ബഹുരാഷ്ട്ര ഉൽപന്നമാണ് 'മഞ്ച്'. കുട്ടികളെ ആകർഷിച്ച 'മഞ്ച്' സ്വാഭാവികമായും രക്ഷിതാക്കളെയും ആകർഷിക്കുമെന്നതു തീർച്ച.

പണ്ട് 'മിഠായി' എന്ന സങ്കൽപ്പം 'അഞ്ചു' പൈസയ്ക്ക് യാഥാർത്ഥ്യമായിരുന്നു. എന്നാൽ അഞ്ചു പൈസയുടെ വിലമാത്രമുണ്ടായിരുന്ന മിഠായിക്ക് അഞ്ചു രൂപയുടെ വിലയുണ്ടാക്കി മാറ്റിയത് മഞ്ചിന്റെ വരവോടെയാണ്. മലയാളികൾക്കാണെങ്കിൽ എല്ലാറ്റിനും പ്രാസം വേണം. ഒരു താളവും വേണം. അങ്ങനെ അഞ്ച് രൂപയുടെ 'മഞ്ച്' അവതരിച്ചു.

പക്ഷേ Munch എന്ന വാക്കിന്റെ അർത്ഥം എന്താണെന്ന് പുതിയ പാഠ്യപദ്ധതി അവതരിപ്പിച്ച വിദ്യാഭ്യാസ വിചക്ഷണർ പോലും നോക്കിയിട്ടുണ്ടാവുമോ എന്നത് തർക്കവിഷയം തന്നെ. പുതിയ വിദ്യാഭ്യാസ പദ്ധതിയിലൂടെ D+ വിദ്യാർത്ഥികൾ തൊട്ട് എല്ലാറ്റിലും A+ നേടിയ വിദ്യാർത്ഥികളോടും ചോദിച്ചു നോക്കൂ. എന്താണ് മഞ്ച് എന്ന ഇംഗ്ലീഷ് പദത്തിന്റെ അർത്ഥം.

നമുക്ക് നിഘണ്ടു നോക്കാം. Munch=അത്യാർത്തിയോടെ തിന്നുക, വേഗം വേഗം തിന്നുക എന്ന് ചില നിഘണ്ടുക്കളിൽ കാണുന്നു. ചില നിഘണ്ടുക്കളിൽ 'ചവച്ച് ശബ്ദമുണ്ടാക്കിക്കൊണ്ടേയിരിക്കുക' എന്നും കാണുന്നുണ്ട്. ചുരുക്കത്തിൽ 'മഞ്ചിൽ' ഒരു അത്യാർത്തി കാണുന്നു.

കേരളത്തിൽ മിഠായികളുടെ അതിപ്രസരം അപ്രത്യക്ഷമായ ഒരു കാലമുണ്ടായിരുന്നു- എൺപതുകളിലായിരുന്നു അത്. പക്ഷേ ഇന്ത്യയിൽ ഉദാരവൽക്കരണത്തിന്റെ കടന്നു വരവോടെ ഒരു സെക്കന്റിൽ കോടിക്കണക്കിന് രൂപയുടെ 'മിഠായി' വിൽപ്പനയിലൂടെ ബഹുരാഷ്ട്ര കമ്പനികൾ ലാഭം കൊയ്തു കൊണ്ടിരിക്കുന്നത്.

'ചോക്കലേറ്റുകളിൽ ഞാൻ മരണം' കാണുന്നുവെന്നാണ് ഗാന്ധിജി നമ്മോട് പറഞ്ഞത്. പണ്ട് നമുക്ക് ഒരു 'നാരങ്ങാമിഠായി' ആണ് ഉണ്ടായിരുന്നത്. കൂടെ 'ഉണ്ട ബിസ്കറ്റ്' വേണ്ടവർക്ക് വാങ്ങിക്കാം. നാരങ്ങാമിഠായിയുടെ പരസ്യത്തിൽ പ്രത്യക്ഷപ്പെടാൻ അമിതാബ് ബച്ചൻ ഉണ്ടായിരുന്നുവെങ്കിലും ആരും അദ്ദേഹത്തെ സമീപിച്ചിരുന്നില്ല. അഞ്ചു പൈസയുടെ 'നാരങ്ങാമിഠായി' ഒരെണ്ണം വാങ്ങിച്ചാൽ തന്നെ അത് കവിൾ നിറയെ, വായ നിറയെ ഉണ്ടായിരുന്നു.

ചോക്കലേറ്റുകളെ 'കുട്ടികളീ'യമായി മാറ്റിയത് പരസ്യങ്ങളാണ്. പരസ്യങ്ങളെ ജനകീയമാക്കിയത് ടി.വിയും. അഥവാ ടി.വി. നിലനിൽക്കുന്നത് പരസ്യങ്ങളിലൂടെയാണ്. പരസ്യങ്ങൾ ലക്ഷ്യമിടുന്നത് പ്രധാനമായും കുട്ടികളുടെ നിഷ്കളങ്കതയെ ആണ്. ഈ നിഷ്കളങ്കതയിലാണ് പരസ്യങ്ങൾ 'നഞ്ചു' കലർത്തിയത്. 'നഞ്ച്' എന്നാൽ വിഷം എന്നർത്ഥം.

പരസ്യങ്ങളുടെ സ്വാധീനം കൊണ്ടാണ് കുട്ടി 'എനിക്ക്' ആൽപ്പൻ ലീബേ' വേണ'മെന്ന് പറയുന്നത്. 'എക്ളയേഴ്സ്' വേണമെന്ന് പറയുമ്പോൾ പരസ്യങ്ങൾ വിജയിക്കുന്നു. 'എക്ളയർ' എന്നാൽ 'മിഠായി' എന്നാണർത്ഥം. ടി.വി യിൽ കാണുന്ന പരസ്യങ്ങളുടെ സമയം മുപ്പതു സെക്കന്റുകളാണ്. മുപ്പത് സെക്കന്റുകൾക്ക് ഓരോ ചാനലും അവരുടെ ബഹുജന പിന്തുണയുടെ അളവു കോൽ വച്ചാണ് ലക്ഷങ്ങൾ വാങ്ങിക്കുന്നത്.

അഞ്ചു രൂപാ മിഠായികളിൽ നിന്നും അഞ്ചു രൂപാ ബിസ്കറ്റുകളിലേക്ക് മിഠായികളെ വളർത്തിക്കൊണ്ടു വരുന്നതും ബഹുരാഷ്ട്ര കമ്പനികളാണ്. Lays അതിന് ഒരുദാഹരണമാണ്. ഇത്തരം പാക്കറ്റു ബിസ്കറ്റുകളുടെ ഭംഗിയാർന്ന ആകർഷകമായ പാക്കറ്റുകളാണ് കുട്ടികളെ വലവീശിപ്പിടിക്കുന്നത്. Lays എന്നാൽ 'പാളി' എന്നാണർത്ഥം. ഉരുളക്കിഴങ്ങിന്റെ അടരുകളാണ് ഭംഗിയായ Lays ആയി കുട്ടികളുടെ മുമ്പിൽ മാലകളായി തൂങ്ങിക്കിടക്കുന്നത്. കേവലം മുപ്പതു പൈസയുടെ വിലയുള്ള ഉരുളക്കിഴങ്ങുപാളികൾ അഞ്ചുരൂപയ്ക്ക് കുട്ടികൾക്ക് വേണ്ടി നാം വാങ്ങുന്നു.

Lays, Cheetos, Kurkure തുടങ്ങിയ പായ്ക്കറ്റു ബിസ്കറ്റുകളിലെ പാക്കറ്റുകൾ സൃഷ്ടിക്കുന്ന പരിസ്ഥിതി മലിനീകരണം മിഠായിക്കടലാസുകൾ സൃഷ്ടിക്കുന്നതിലും ഏറെയാണെന്നു നമുക്ക് കാണാം.

ഇന്ത്യൻ കമ്പനികൾ പോലും പരസ്യങ്ങൾക്ക് ഏറ്റവും കൂടുതൽ ഉപയോഗിക്കുന്നത് ഇംഗ്ലീഷ് പദങ്ങളാണ്. ഇംഗ്ലീഷ് പദങ്ങൾ പരിചിതമാ

കുമ്പോൾ നാം അതിന്റെ മാതൃഭാഷ അന്വേഷിക്കാറില്ല. സോപ്പിന്റെ കാര്യം നോക്കാം. Lux പ്രകാശത്തിന്റെ ഏകകം എന്നാണർത്ഥം. താഴെ കൊടുത്ത പട്ടിക ശ്രദ്ധിക്കുക.

Hamam = കുളിപ്പുര

Lifebouy =ജീവന്റെ പൊങ്ങുതടി

Pears =സബർജില്ലി

Surf =നുരയോട് കൂടിയ തിര

Tide =തിരമാല

വാൽക്കഷണം; ഒരു രാഷ്ട്രത്തിന്റെ ഭാവി ക്ലാസ് മുറികളിലാണ് രൂപപ്പെടുന്നതെന്ന് കോത്താരി കമ്മീഷൻ

പാഠഭേദം; ഒരു രാഷ്ട്രത്തിന്റെ ഭാവി ഇപ്പോൾ ബഹുരാഷ്ട്ര കുത്തകകളാണ് രൂപപ്പെടുത്തുന്നത്. കുട്ടികളുടെ ജന്മദിനം എക്സ്ളയേഴ്സിലൂടെ ക്ലാസ്മുറികളിലൂടെ ആഘോഷിക്കപ്പെടുന്നു.

കാവുകളും കുളങ്ങളും

കാവിനകത്ത് കാവലും കുളത്തിനകത്ത് കുളിരുമുണ്ട്. കാവും കുളവും കേരളീയ ജീവിതത്തിന്റെ രണ്ടു പ്രതീകങ്ങളായിരുന്നു. ഓരോരോ ഗ്രാമങ്ങളിലും പണ്ട് കാവുകളും കുളങ്ങളും ഉണ്ടായിരുന്നു. കാവുകൾ നിറയെ മരങ്ങൾ.. വള്ളിപ്പടർപ്പുകൾ.. കുറ്റിച്ചെടികൾ.. വിവിധയിനം പക്ഷികൾ.. ഷഡ്പദങ്ങൾ അങ്ങനെ പ്രകൃതിയുടെ ചെറു രൂപം.

കേരളീയരുടെ പാരിസ്ഥിതിക ബോധത്തിന്റെ ഒരു ദൃശ്യ രൂപമായിരുന്നു കാവുകൾ. കാവുകളിലും കത്തിവെക്കാൻ തുടങ്ങിയപ്പോൾ നമ്മുടെ കാവുകളെ സർപ്പക്കാവുകളാക്കി പൂർവ്വികർ മാറ്റി. സർപ്പങ്ങളെ കുടിയിരുത്തി പൂജിക്കാൻ തുടങ്ങിയപ്പോൾ വീണ്ടും നമ്മുടെ കാവുകൾ സംരക്ഷിക്കപ്പെട്ടു. സർപ്പക്കാവുകളിൽ സന്ധ്യയ്ക്ക് തിരി കൊളുത്താൻ സ്ത്രീകളെ, പെൺകുട്ടികളെ ഏർപ്പെടുത്തി. പ്രകൃതിയെ സംരക്ഷിക്കാൻ സ്ത്രീകളെ ചുമതലപ്പെടുത്തിക്കൊണ്ട് നാം സ്ത്രീകൾക്കും പ്രാധാന്യം നൽകി.

കാവുകൾ ഒരർത്ഥത്തിൽ പറഞ്ഞാൽ വൃക്ഷങ്ങളുടെ സംരക്ഷണത്തിനു വഴി തെളിച്ചു. മനുഷ്യർ കാർഷിക സംസ്കൃതിയിൽ നിന്നും മാറി നഗരസംസ്കാരത്തിലേക്ക് തിരിഞ്ഞപ്പോൾ ഗ്രാമസമൂഹത്തിലെ ചുരുങ്ങിപ്പോയ വനമാതൃകകളുടെ ഒരു ചെറുതുരുത്തായി കാവുകൾ നിലകൊണ്ടു. എന്നാൽ പടിഞ്ഞാറൻ സംസ്കാരത്തിന്റെ കടന്നു കയറ്റം എന്തിനേയും പിഴുതു മാറ്റുക എന്നതായിരുന്നു. അപ്പോഴാണ് പഴമക്കാർ പറഞ്ഞത് കാവു തീണ്ടല്ലേ, കുളം വറ്റും എന്ന്.

കാവും കുളവും തമ്മിലുള്ള ബന്ധം അതാണ്. കാനനത്തിലെ 'കാ'യും, വാഴ്‌വിലെ 'വാ'യും ചേർത്താവാം 'കാവ്' എന്ന പദം ഉണ്ടായത്. കാനനത്തെ അഥവാ കാവിനെ വാഴ്ത്തുക എന്ന സങ്കൽപ്പം. മര

ങ്ങളാണ് ജലത്തെ സംരക്ഷിക്കുന്നത് എന്ന കൃത്യമായ അറിവിൽ നിന്നാണ് കാവും കുളവും എന്ന എന്ന പ്രയോഗം വന്നത്. കാവിൽ മരമുണ്ട്. മരമുള്ളിടത്ത് വെള്ളവുമുണ്ട്.

മനുഷ്യൻ എന്നു മുതലാണോ ആർത്തിപൂണ്ടവനായി മാറിയത് അന്നു മുതലാണ് മരങ്ങളുടെ കൊമ്പൊടിയാൻ തുടങ്ങിയത്. ചരിത്രാതീത കാല മനുഷ്യർ സസ്യാഹാരിയായിരുന്നു. വൃക്ഷത്തലപ്പുകളിൽ കുരങ്ങനെപ്പോലെ താമസിച്ച് ഫലവൃക്ഷങ്ങൾ കഴിച്ച് വേട്ടയാടാതെ ജീവിച്ച ആദ്യകാല മനുഷ്യൻ ഫലങ്ങളും പിന്നെ വേരുകളും ഭക്ഷിച്ച് വിശപ്പടക്കി. എന്നാൽ ഭക്ഷണം മതിയാവാതെ വന്നപ്പോൾ വൃക്ഷങ്ങളിൽ കൂടുകൂട്ടിയ പക്ഷികളെ പച്ചയോടെ അതിന്റെ മുട്ടയെ ഭക്ഷിച്ച് വെജിറ്റേറിയനായ മനുഷ്യൻ പിന്നെ നോൺ വെജിറ്റേറിയനായി മാറി.

പിന്നീട് അവൻ വൃക്ഷത്തലപ്പുകളിൽ നിന്നിറങ്ങി. താൻ താമസിച്ച വൃക്ഷത്തെയാണ് വേട്ടയാടിയത്.

കാടുകൾ വെട്ടിത്തെളിച്ച് മനുഷ്യൻ നാഗരികനായി മാറി. മനുഷ്യനാണ് എന്നും പ്രകൃതിവിരുദ്ധ മനോഭാവം കാത്തുസൂക്ഷിക്കുന്ന ഏക ജീവി. പക്ഷികൾ ഒരിക്കലും കൂടുകൂട്ടാൻ ഉണക്കച്ചില്ലകളല്ലാതെ മറ്റൊന്നുമുപയോഗിക്കുന്നില്ല. മനുഷ്യൻ വീടു വെക്കാൻ വേണ്ടി ആദ്യം മുറിക്കുന്നത് നല്ല മരങ്ങളെയാണ്.

ചുരുക്കത്തിൽ മനുഷ്യൻ എന്നു മുതലാണോ നോൺ വെജായി മാറിയത് അന്നു മുതൽ വനനശീകരണത്തിന്റെ വേഗത വർദ്ധിച്ചു. പരിഷ്കൃത രാജ്യങ്ങളിലെ മാംസാഹാരികളുടെ സംതൃപ്തിക്കായി ലോകമെമ്പാടും എത്രയോ കാടുകളാണ് വെട്ടിമാറ്റിക്കൊണ്ടിരിക്കുന്നത്. ആടുമാടുകൾക്ക് തീറ്റ കൊടുക്കാൻ മാത്രം 1960–1985 കാലഘട്ടങ്ങളിൽ മധ്യ അമേരിക്കയിലെ 40 ശതമാനം മഴക്കാടുകളും വെട്ടിവെളുപ്പിച്ചത്രേ. കാടു പോയതു വഴി അമേരിക്കയിൽ മാത്രം നാല്പത് ലക്ഷം ഏക്കർ ഭൂമിയണ് മണ്ണൊലിപ്പു വഴി ഉപയോഗശൂന്യമായത്.

ഇത് അമേരിക്കയുടെ കണക്കുകൾ. കേരളത്തിലെ ആയിരക്കണക്കിന് ഗ്രാമങ്ങളിലും ഒരു കാലഘട്ടത്തിൽ ആയിരക്കണക്കിന് കാവുകളുണ്ടായിരുന്നു. ആ കാവുകൾക്കടുത്തായി ഒരു ഗ്രാമക്കിണർ പോലെ കുളവും. കുളം ഒരു ആവാസവ്യവസ്ഥയാണെന്ന് സയൻസ് ക്ലാസിൽ നാം പഠിക്കുന്നുണ്ട്. എന്നാൽ നാമെന്താണ് ചെയ്തത്. ഓരോ ഗ്രാമത്തിന്റെയും ജലസംഭരണികളായ കുളങ്ങളെ ചവറു കൊണ്ടു തള്ളാനുള്ള ഡസ്റ്റ് ബിൻ ആക്കി മാറ്റി. പിന്നീട് അത് നാറ്റത്തിന്റെ ശല്യകേന്ദ്രങ്ങളായപ്പൊൾ മണ്ണിട്ടു നികത്തി ആശ്വാസം കൊണ്ടു.

കേരളം എന്നും ലോകത്തിനു മാതൃകയാണ്. ജനകീയാസൂത്രണ ത്തിലൂടെ അധികാര വികേന്ദ്രീകരണത്തിന് നാം പുതിയ ഭാവം നൽകി. സമ്പൂർണ്ണ സാക്ഷരതയിലൂടെ അറിവിനെ സാധാരണക്കാരനിലേക്കെ ത്തിച്ചു.മേൽമുണ്ടു സമരവും, തോൽവിറകു സമരവും, വൈക്കം സത്യാഗ്രഹവും, പാലാഴി സമരവും നടത്തി വേറിട്ട ചരിത്ര രചനകൾ നട ത്തി.

കാവുകൾ നികത്തിയും, കുളം നികത്തിയും ഒരു വഴി തെറ്റിപ്പോ കൽ മാത്രമായി നാം കരുതുക. വേദകാലഘട്ടത്തിലെ ജനാധിപത്യ ത്തിന്റെ ചെറുഘടകങ്ങായ സഭ, സമിതി എന്നി ഗ്രാമസഭകൾ മരങ്ങളെ സംരക്ഷിക്കാൻ യോഗം ചേർന്നതു പോലെ, കുന്നിനെ സംരക്ഷിക്കാൻ കുന്നിൻ മുകളിൽ ക്ഷേത്രം പണിതതു പോലെ, പുതിയ കാലഘട്ട ത്തിന്റെ പ്രതീകങ്ങളായി കുടുംബശ്രീകളും സ്വയം സഹായ സംഘ ങ്ങളുമുണ്ട്.

ഓരോ കുടുംബശ്രീകളും ഒരു ഗ്രാമത്തിൽ കാവുകളുണ്ടെങ്കിൽ അതു സംരക്ഷിക്കാനും ഇല്ല എങ്കിൽ കുടുംബ ശ്രീ കാവുകൾ പുനഃസൃഷ്ടി ക്കാനും ശ്രമിച്ചു കൊണ്ട് നഷ്ടപ്പെട്ട കാവുകളെ സ്ത്രീകൾക്ക് തിരികെ കൊണ്ടു വരാം.

സ്വയം സഹായസംഘങ്ങൾ ഗ്രാമത്തിൽ കുളം നിർമ്മിച്ച് ജൈവ കൃഷിയിലേക്ക് തിരിച്ചു പോവുകയും ചെയ്യുമ്പോൾ ക്ഷേത്രത്തിലെ കല വറ നിറയ്ക്കാൻ കാവുകളും കുളങ്ങളും നമ്മളെ വീണ്ടും സഹായി ക്കുമെന്ന് തീർച്ച. വരട്ടെ ഇനി കുടുംബശ്രീ കാവുകളും സ്വയം സഹായ സംഘ കുളങ്ങളും.

കറൻസിയിലെ ഗാന്ധിജി

ഗുരുവായൂരൊരു മഥുര

എഴുതിയാൽ തീരാത്ത കവിത

മഹാകവി എസ് രമേശൻ നായർ ശ്രീകൃഷ്ണനെക്കുറിച്ച് പാടുന്ന വരികളാണിത്.

മഹാത്മജിയും എഴുതിയാൽ തീരാത്ത ഒരു കവിതയാണ്. ഭാരതീയ സംസ്കാരത്തിന്റെ പാഠപുസ്തകമാണ് മഹാത്മജി.

ഗാന്ധിജി തന്നെ പറയുന്നു.

ഗാന്ധിസം എന്നൊന്നില്ല.. എന്റെ കാലശേഷം അങ്ങനെയൊന്ന് അവശേഷിക്കണമെന്ന് എനിക്ക് ആഗ്രഹമില്ല.

ഏതെങ്കിലും ഒരു പുതിയ തത്വമോ സിദ്ധാന്തമോ ആവിഷ്കരിച്ചെന്നും ഞാൻ അവകാശപ്പെടുന്നില്ല. സനാതനങ്ങളായ സത്യങ്ങളെ ദൈനം ദിന ജീവിതത്തിലും പ്രശ്നങ്ങളിലും എന്റേതായ മാർഗ്ഗങ്ങൾ പ്രയോഗിച്ചു നോക്കുക മാത്രമാണ് ഞാൻ ചെയ്തിട്ടുള്ളത്.

മഹാത്മജി ഇന്ത്യക്കാരന്റെ ദൈനംദിന ജീവിതത്തിലെ ഉജ്ജ്വല പ്രതിഭാസമാണ്. മഹാത്മജി നമ്മുടെ നിത്യജീവിതത്തിന്റെ ഉൾത്തുടിപ്പാണ്. ഭാരതത്തിന്റെ കറൻസി നോട്ടുകളിലൂടെ ഓരോ ഭാരതീയന്റെയും ജീവിതത്തിലെ ഉപ്പായി മാറുകയാണ് മഹാത്മാഗാന്ധി. എന്റെ കാലശേഷം എന്നെക്കുറിച്ചുള്ളത് അവശേഷിക്കണമെന്ന് എനിക്ക് ആഗ്രഹമില്ല എന്ന ഗാന്ധിയൻ വചനം നാം ഓർക്കേണ്ടതാണ്. ഗാന്ധിജിയുടെ കാലശേഷവും അദ്ദേഹത്തിന്റെ അടയാളങ്ങൾ ഒരു പ്രവാഹമായി ഒഴുകുകയാണ്. അതാണ് ഇന്ത്യയുടെ കറൻസി നോട്ടുകളിലൂടെ ഗാന്ധിജി ഒഴുകി ഒഴുകി നടക്കുന്നത്.

കറൻസി എന്ന വാക്കിന്റെ അർത്ഥം തന്നെ ഒഴുകിക്കൊണ്ടേയിരി

ക്കുന്നത് എന്നാണ്. ഓരോ ഇന്ത്യക്കാരന്റെ കീശയിലും, പേഴ്സിലും, മനസ്സിലുമുണ്ട് ഗാന്ധിജി.

ഒരു പുരുഷൻ തന്റെ ഷർട്ടിന്റെ ഇടതു കീശയിൽ നിന്നും വലതു കൈ കൊണ്ട് പത്ത് രൂപയുടെയോ, അതിൽക്കൂടുതലോ മൂല്യമുള്ള കറൻസി നോട്ടെടുക്കുമ്പോൾ, അത് ചിലവാക്കാൻ മുതിരുമ്പോൾ ഗാന്ധിയൻ വചനമോർക്കാനും ഗാന്ധിസം ജീവിതത്തിൽ പകർത്താനും വേണ്ടിയാണ് ഭാരതീയന്റെ കറൻസിയിൽ ഗാന്ധിജിയുടെ ചിത്രം ആലേഖനം ചെയ്തിരിക്കുന്നത്. കോടിക്കണക്കിന് ജനതയെ സ്വാധീനിക്കാനാണ് ഗാന്ധിജിയെ മുദ്രണം ചെയ്യാൻ ഭരണകർത്താക്കൾ നിശ്ചയിച്ചത്. മധ്യപ്രദേശിലെ ഷഹൻഷാ ബാദ്, കർണ്ണാടകയിലെ മൈസൂരു എന്നിവിടങ്ങളിൽ നിന്നും ഇന്ത്യൻ കറൻസികൾ മുദ്രണം ചെയ്യുമ്പോൾ ആദ്യം ചിത്രകാരന്മാരോട് രൂപയുടെ മൂല്യത്തേക്കാളും മൂല്യമേറിയ മഹാനായ ഗാന്ധിജിയുടെ ചിത്രംജനമനസ്സിൽ പതിയണമെന്നാണ്. മിതവ്യയശീലവും അഹിംസാമന്ത്രവും മിച്ചം വയ്ക്കാനുള്ള സന്മനസ്സും ദാനശീലവും പഠിപ്പിച്ച ഗാന്ധിജിയെ കറൻസി നോട്ടുകളിൽ കാണുമ്പോൾ ഓരോ ഭാരതീയനും സന്മാർഗ്ഗ ചിന്തയിലേക്ക് നയിക്കപ്പെടുന്നു. ദരിദ്രനും ഇടത്തരക്കാരനും കോടീശ്വരനും ഗാന്ധിജിയെ കാണാത്ത ഒരു ദിവസം പോലുമില്ല. ഒരു അധികാരകേന്ദ്രവും അലങ്കരിക്കാത്ത മഹാത്മജി ആധുനിക ഭരണസംവിധാനത്തിന്റെ അധികാര അളവുതുല്യമായ കറൻസികളിൽ ദൃശ്യമാവുമ്പോൾ മഹാത്മജി നമ്മെ അഹിംസയുടെ അധികാരചിഹ്നമായി രൂപാ നോട്ടുകളിൽ പ്രത്യക്ഷപ്പെട്ടു കൊണ്ടേയിരിക്കുന്നു.

ഇന്ത്യൻ നാണയങ്ങൾക്ക് രൂപ (Rupee) എന്നാദ്യമായി നാമകരണം ചെയ്തത് മൗര്യ സാമാജ്യ ഭരണാധികാരികളായിരുന്നു. ചിതറിക്കിടന്ന മഹാജനപദങ്ങളെ ഒരുമിപ്പിച്ച് മഹാസാമ്രാജ്യമെന്ന ഇന്ത്യയിലെ ആദ്യ സാമ്രാജ്യം കെട്ടിപ്പടുത്ത ചാണക്യന്റെ ബുദ്ധി വൈഭവത്തിൽ നിന്നാണ് ആദ്യത്തെ വെള്ളി നാണയത്തെ രൂപ എന്ന് നാമകരണം ചെയ്തത്.

ക്രിസ്തുവിന് മുമ്പ് മൂന്നാം നൂറ്റാണ്ടിൽ ഭാരതീയ ഏകീകരണ പ്രതിഭാസമായി മാറി, രൂപ (Rupee). രൂപയ എന്ന വാക്കിന്റെ അർത്ഥം രൂപമുള്ളത് അഥവാ ആകൃതിയുള്ളത് എന്നാണ്. ഭാരതമെന്ന മഹാരാജ്യത്തിന് രൂപം നൽകിയത് മൗര്യ ചക്രവർത്തിയായ ചന്ദ്രഗുപ്തമൗര്യനാണ് എന്ന് സാരം. പിന്നീട് ഭാരതീയ നാണയത്തിന് രൂപ (Rupee)എന്ന് നാമകരണം ചെയ്ത് കേവലം 5 വർഷക്കാലം മാത്രം ഇന്ത്യ ഭരിച്ച

(1540 മുതൽ 1545 വരെ) ഷേർഷാസൂരിയായിരുന്നു. ഇന്ത്യയിലെ ജനങ്ങളെ ജാതിയും, മതവും, കുലവും, വർണ്ണവും നോക്കാതെ ഭരിച്ച ഒരേയൊരു രാജാവ് അതായിരുന്നു ഷേർഷാസൂരി .

അദ്ദേഹം നാണയത്തെ കണ്ടത് ജീവിതത്തിന്റെ രൂപമാണ് നാണയത്തുട്ടുകൾ എന്നായിരുന്നു. ചരിത്രം ആവർത്തിക്കപ്പെടുമ്പോൾ അത് സുകൃതമാവുകയാണ്. മഹാത്മജി എന്ന ആധുനിക അഹിംസാ പ്രവാചകൻ ഇന്ത്യയുടെ നാണയത്തുട്ടുകളിലൂടെ , കറൻസി നോട്ടുകളിലൂടെ ഒരു അഭൗമ അനുഭൂതിയായി പ്രവഹിച്ചു കൊണ്ടേയിരിക്കുന്നു. അതുകൊണ്ട് തന്നെ മറ്റേതൊരു രാഷ്ട്രത്തിന്റെ കറൻസിയെക്കാളും മൂല്യമേറിയത് ഭാരതത്തിന്റെ കറൻസിയാണ്. കാരണം, മഹാത്മജിയുടെ, അഹിംസാ പ്രവാചകന്റെ നനുത്ത സ്പർശം അതിലുണ്ട്.

മഷിപ്പേനയുടെ സൗന്ദര്യ ശാസ്ത്രം

മലയാളിയുടെ മഷിപ്പേനയ്ക്ക് വല്ലാത്തൊരു ഗൃഹാതുരത്വമുണ്ട്. മഷിത്തണ്ടും പച്ച മഷിയുംകൺമഷിയും ഒക്കെ മലയാളിയുടെ മൺമറയാൻ തുടങ്ങുന്ന സംസ്കാരത്തിന്റെ ചിഹ്നങ്ങളാവുകയാണ്. മഷിപ്പേനയ്ക്ക് ഒരു സൗന്ദര്യശാസ്ത്രമുണ്ട്.

ആധുനിക കാലം, ഉപയോഗിക്കുക പിന്നീട് വലിച്ചെറിയുകഎന്ന ഒരു വല്ലാത്ത കാഴ്ചപ്പാടിലൂടെയാണ് സഞ്ചരിക്കുന്നത്. യാത്രയിൽ നാം ഉപയോഗിക്കുന്ന വാട്ടർ ബോട്ടിൽ തൊട്ട് ചായ ഗ്ലാസു വരെ എല്ലാം ആവശ്യം കഴിയുമ്പോൾ വലിച്ചെറിയുന്നു.

'യൂസ് ആന്റ് ത്രോ' ഫിലോസഫി പാശ്ചാത്യവൽക്കരണത്തിന്റെ നഗ്നമായ അനുകരണമാണ്. അതിന്റെ ഒരു ഉത്തമഉദാഹരണമാണ് ബോൾ പോയിന്റ് പേനയുടെ വരവോടെ മഷിപ്പേന ഉപയോഗിക്കുന്നവരുടെ എണ്ണം കുത്തനെ ഇടിഞ്ഞതിനു കാരണമായത്. ലോകത്ത് ഏറ്റവും കൂടുതൽ ഉദ്പാദിപ്പിച്ചു കൊണ്ടിരിക്കുന്ന ഒരു നിത്യോപയോഗ ഉപകരണമാണ് പേന.

പേനയെ സമാധാനത്തിന്റെ ഒരു ആയുധമായാണ് നാം കരുതുന്നത്. അതു കൊണ്ട് തന്നെ ലോകത്ത് ഏറ്റവും കൂടുതൽ പ്രാവശ്യം ഉൽപ്പാദിപ്പിച്ചു കൊണ്ടിരിക്കുന്ന ആയുധം ബോംബോ, മിസൈലോ അല്ല പേനയാണ്. മൊബൈൽ ഫോണില്ലാത്ത ആധുനിക മനുഷ്യന്റെ ഒരു ദിനം ആലോചിക്കാൻ വയ്യാത്തതു പോലെയാണ് പേനയില്ലാത്ത ഒരു വീടിന്റെ അവസ്ഥ.

ഇത് എല്ലാ പേനയുടെയും കാര്യം. മഷിപ്പേനയുടെ കാര്യം വേറെയാണ്. മഷിപ്പേന ദിവസവും ഉപയോഗിക്കുന്നവർ ആധാരമെഴുത്തുകാരായിരുന്നു. എന്നാൽ ഇന്ന് ആധാരം കമ്പ്യൂട്ടറിലേക്ക് മാറിയപ്പോൾ ര

ജിസ്ട്രാറുടെ ഒപ്പുപേന മാത്രമായി മഷിപ്പേന ചുരുങ്ങിപ്പോയി.

എല്ലാവരുടെ കീശയിലും ബോൾ പോയിന്റ് പേനയാണുള്ളത്.

ബോൾ പോയിന്റ് പേനയുടെ കഷ്ടകാലം നോക്കൂ. മനുഷ്യർ എത്ര സ്നേഹത്തോടെയാണ് ബോൾ പോയിന്റ് പേന വാങ്ങിക്കുന്നത്. കീശയിലോ ബാഗിലോ ബനിയനകത്തെ നെഞ്ചിലോ പേന സൂക്ഷിച്ചു വയ്ക്കുന്നു. എന്നാൽ മഷി പെട്ടെന്നു തീരുകയാണെങ്കിൽ, പേന പറ്റാതാവുകയാണെങ്കിൽ വളരെ ക്രൂരമായ ഭാഷയിൽ ശപിച്ചു കൊണ്ടു പറയും 'എന്തൊരു നാശം! ആവശ്യത്തിന് ഉപകാരത്തിനെത്തുകയില്ല'.

പിന്നീട് കോപത്തോടെ വലിച്ചെറിയുന്നു. എന്തൊരു വിധി വൈപരീത്യം. ഇതു വരെ തന്റെ പൊന്നോമനയായി കരുതി കീശയിൽ എഴുന്നള്ളിച്ച ബോൾ പോയിന്റ് പേനയെ ഒരു നിമിഷം കൊണ്ട് നാം മറന്നു പോകുന്നു.

ഇവിടെയാണ് മഷിപ്പേനയുടെ സൗന്ദര്യ ശാസ്ത്രം ആരംഭിക്കുന്നത്. മഷിപ്പേന ക്ഷമയുടെ പ്രതീകമാണ്. മഷിപ്പേന ഒരു സംസ്കാരമാണ്. മഷിപ്പേന വൃത്തിയുടെ പരിശീലന വസ്തുവാണ്. ഒരു മഷിപ്പേനയിലെ മഷി തീരുമ്പോൾ നാം അതിനെ വലിച്ചെറിയുന്നില്ല. ഉടനെ തന്നെ വീണ്ടും മഷി നിറയ്ക്കുന്നു.

മഷി നിറയ്ക്കുക എന്നത് ക്ഷമയുള്ള ഒരു പ്രവൃത്തിയാണ്. മഷി നിറയ്ക്കാൻ വേണ്ടി മഷിക്കുപ്പി എടുക്കണം. കുപ്പി ശ്രദ്ധയോടെ തുറയ്ക്കണം. ഒപ്പം മഷിപ്പേനയും തുറയ്ക്കണം. മഷിക്കുപ്പിയിൽ നിന്നും മഷി ശ്രദ്ധയോടെ മഷിപ്പേനയിലൊഴിക്കുമ്പോൾ അറിയാതെ ക്ഷമ പരിശീലിക്കുകയാണ്. ഒരു ചിട്ട രൂപപ്പെടുത്തുകയാണ്. മഷിക്കുപ്പിയിൽ നിന്നും മഷിദ്രാവകം മഷിപ്പേനയിൽ നിറയുമ്പോൾ പെട്ടെന്ന് വീടിന്റെ തറയിലോ മേശപ്പുറത്തോ കൈയ്യിലോ ഉടുവസ്ത്രത്തിലോ വീഴാതെ നോക്കുക എന്നതിലൂടെ വൃത്തിയും വെടിപ്പും പരിശീലിക്കുന്നു.

മഷി നിറച്ചാൽ മാത്രം പോരാ. പേനയിൽ പറ്റിപ്പിടിച്ചിരിക്കുന്ന മഷിക്കണങ്ങളെ കൈയ്യിൽ പറ്റാതെ തുടച്ച് കളഞ്ഞ് നിബ്ബ് കഴുത്ത് പേന ശരീരത്തിലോട്ട് ചേർത്ത് തിരുകിക്കയറ്റണം. അപ്പോഴും സൂക്ഷ്മതയും ശ്രദ്ധയും വേണം. ഒക്കെ കഴിഞ്ഞതിനു ശേഷം മഷിക്കുപ്പിയും അടച്ചു വെക്കണം. പേനയുടെ ടോപ്പിട്ടു നിബ്ബ് കഴുത്തിനെ സംരക്ഷിക്കാനും നോക്കണം. അതിനിടയിൽ എഴുതാൻ നോക്കുമ്പോൾ തെളിയുന്നില്ലെങ്കിൽ നിബ്ബിൽ തടവി സന്തോഷിപ്പിച്ച് മഷിത്തുള്ളിയെ പ്രവാഹമാക്കി മാറ്റുകയും വേണം.

മഷിപ്പേനയുടെ ഈ പ്രവൃത്തിയിൽ ഒരു മൂല്യമുണ്ട്. ഒരു സാം

സ്കാരിക അനുശീലനമുണ്ട്. മഷിതീർന്നാലും മഷിപ്പേനയ്ക്ക് കീശയിൽ സ്ഥാനമുണ്ട്. നിബ്ബ് പൊട്ടിയാലും മഷിപ്പേന വലിച്ചെറിയുന്നില്ല. മഷിപ്പേന ഒരു കൂടപ്പിറപ്പാണ്.

മഷിപ്പേന കൊണ്ട് കൃത്യതയോടെ എഴുതിയാൽ കൈയ്യെഴുത്ത് മനോഹരമാകുമെന്ന് പരക്കെ വിശ്വസിക്കപ്പെടുന്നുണ്ട്. കമ്പ്യൂട്ടറും മറ്റും അക്ഷരങ്ങൾ സൃഷ്ടിക്കുമ്പോൾ കയ്യെഴുത്തിന്റെ മനോഹാരിത ആരു ശ്രദ്ധിക്കാൻ.

മഷിപ്പേന ഉപയോഗിക്കുക എന്നാൽ മാതാപിതാക്കളെ പരിചരിക്കുക എന്ന ഒരു ശീലം ഇതിലൂടെ ജനിക്കപ്പെടുന്നു. ബോൾപോയിന്റ് പേന കൊണ്ട് പരീക്ഷയെഴുതുന്ന ഒരു വിദ്യാർത്ഥി റീഫില്ലറിൽ നിന്നും മഷി തീരുമ്പോൾ ഒരു ദാക്ഷിണ്യവുമില്ലാതെ വലിച്ചെറിയുന്നു. തന്റെ വിജയ ശില്പിയായ പേനയെ അവനോർക്കുന്നതേയില്ല.

മഷിപ്പേന സൂക്ഷിക്കപ്പെടുന്നതിന്റെ മുഖമുദ്രയാണ് . അത് ഒരു തുടർച്ച സൃഷ്ടിക്കപ്പെടുന്നു. സുഖവും ദുഖവും മഷിപ്പേനയിലുണ്ട്. അമേരിക്കയിലെ ഇൻഷുറൻസ് ബ്രോക്കറായ വാട്ടർമാൻ മഷിപ്പേന കണ്ടുപിടിച്ചതു തന്നെ ഒരു ദുരനുഭവത്തിൽ നിന്നാണ്. 1883 ലാണ് വാട്ടർമാൻ മഷി ഛർദ്ദിക്കാത്ത പേനകണ്ടു പിടിച്ചത്. 1809 ൽ അമേരിക്കക്കാരനായ പെരെ ഗ്രീൻ വില്യംസൺ പേന കണ്ടുപിടിച്ചിരുന്നുവെങ്കിലും, പേനയ്ക്ക് പേറ്റന്റ് ലഭിച്ചിരുന്നുവെങ്കിലും മഷിപ്പേന ഇടയ്ക്കിടെ മഷി ഛർദ്ദിച്ചു കൊണ്ടിരുന്നു. വാട്ടർമാൻ ഇൻഷുറൻസ് കരാറിൽ ഒപ്പിടാൻ നോക്കുമ്പോൾ പേന പറ്റാതാവുകയും മഷി വരാതിരുന്നപ്പോൾ ഏറെ ശ്രമത്തിനു ശേഷം മഷി മുഴുവനും ഒന്നിച്ചു പുറത്തു ചാടുകയും വാട്ടർമാന്റെ ഇൻഷുറൻസ് പ്രമാണമെല്ലാം നശിച്ചു പോവുകയും ചെയ്തിരുന്നു.

തന്റെ ജീവിതം തുലച്ചതു പോലെ മറ്റാർക്കും ഈ ഗതി വരരുതെന്ന് കരുതിയാണ് വാട്ടർമാൻ ഇന്നത്തെ രീതിയിലുള്ള ഫൗണ്ടൻ പേന അഥവാ ഉറവപ്പേന കണ്ടു പിടിച്ചത്.

മഷിപ്പേനയെ ബോൾ പോയിന്റ് പേന എത്ര കീഴടക്കിയാലും ലോകത്തെ എല്ലാ കരാറുകളും ഒപ്പിട്ടതും ഒപ്പിടുന്നതും മഷിപ്പേനകൊണ്ടാണ് എന്നതു തന്നെയാണ് മഷിപ്പേനയുടെ സൗന്ദര്യ ശാസ്ത്രം.

പരസ്യം മനസ്സിൽ പതിക്കരുത്

നൈക്കി ഷൂവിന്റെ പരസ്യവാചകം ഷൂ ഉപയോഗിക്കാത്ത , ചെരിപ്പിടാത്ത ആളിന്റെ പോലും മനസ്സിൽ തറച്ചിരുന്നു. 'Don't think, Don't wait, just do it'. ചിന്തിക്കരുത് എന്ന് നമ്മളോട് പരസ്യമായി പറയാനുള്ള ധൈര്യം കാണിച്ച ഒരു ബഹുരാഷ്ട്ര കമ്പനിക്കറിയാമായിരുന്നു മൂന്നാം ലോക രാജ്യങ്ങളെ കീഴടക്കാനുള്ള തന്ത്രം പരസ്യത്തിലൂടെയാണ് എന്ന്.

പത്തൊമ്പതാം നൂറ്റാണ്ടിൽ ജീവിച്ച എമേഴ്സനെപ്പോലെയുള്ള ചിന്തകർ വസ്തുക്കൾ മനുഷ്യനു മേൽ സവാരി ചെയ്യുന്നു എന്നു കണ്ടെത്തി. 'things are in the saddle and ride mankind'. മനുഷ്യ നിർമ്മിതമായ ഉപഭോഗവസ്തുക്കളുടെ കപടതയെ സത്യസന്ധമാക്കാനുള്ള നൂതന തന്ത്രങ്ങളാണ് പരസ്യങ്ങൾ ആവിഷ്ക്കരിക്കുന്നത്.

'പരസ്യം ഭാവം : ഇതിപരസ്യം' എന്നു സംസ്കൃതത്തിൽ കാണുന്നു. പരസ്യം എന്നാൽ ഭാവം എന്നാണ് പച്ച മലയാളത്തിൽ നൽകുന്ന വ്യാഖ്യാനം. പരത: ഭാവം അതായത് ചുറ്റുമുള്ള ഭാവം എന്നും പറയാം. നമുക്കു ചുറ്റുമുള്ള ഭാവമല്ല പരസ്യങ്ങളിൽ കാണുന്നത്. പരസ്യക്കാരന്റെ ഭാവം നമുക്കു ചുറ്റും പ്രചരിപ്പിക്കുകയാണ് ചെയ്യുന്നത്.

ആധുനിക സമൂഹത്തിന്റെ ജീവിതഭാവമായി മാറിയിരിക്കുന്നു ഇന്ന് പരസ്യങ്ങൾ. 'പരസ്യം പതിക്കരുത്'എന്ന ചുവരെഴുത്ത് തന്നെ പരസ്യപ്പെടുത്തലുകളാണ്. ദൈവങ്ങൾ മുതൽ ആൾദൈവങ്ങൾ വരെ പരസ്യത്തെ ഇഷ്ടപ്പെടുന്നു. ദൃശ്യ മാധ്യമമായ ടെലിവിഷനാണ് പരസ്യത്തെ ജീവനുള്ളതാക്കി മാറ്റിയത്.

ദൃശ്യ മാധ്യമത്തിലെ ചലച്ചിത്ര വീരനായകൻ പരസ്യത്തിലൂടെ തന്റെ ജനകീയ സാമ്രാജ്യം വിപുലപ്പെടുത്തുക എന്നത് അടുത്തകാല

ത്തെ പ്രവണതയാണ്. ഭാരതത്തിലെ പരസ്യങ്ങളിലെ സിംഹഭാഗവും ഇന്നും കൈയ്യടക്കി വച്ചിരിക്കുന്നത് അമിതാബ് ബച്ചനും കുടുംബവുമാണ്. കേരളത്തിലാണെങ്കിൽ മോഹൻലാൽ സകല രംഗങ്ങളിലും പരസ്യത്തിലൂടെ ജനകീയനാവാൻ ശ്രമിക്കുന്നു.

അമിതാബ് ബച്ചനും കുടുംബത്തിലൂടെ ലഭിക്കുന്ന വരുമാനം വെളിപ്പെടുത്താനാഗ്രഹിക്കുന്നില്ല എന്നതും മറ്റൊരു പരസ്യമായ സംഗതിയാണ്. കേരളത്തിലെ സിനിമാ നടിമാരേക്കാളും പരസ്യത്തിൽ നിറഞ്ഞുനിൽക്കുന്നത് മോഹൻലാലാണ്. സ്വർണ്ണാഭരണവും മദ്യവും, ടേസ്റ്റുബഡും, കൈത്തറിയും, വൈദ്യുതി ലാഭവും, പണയപ്പരസ്യവും ഒക്കെ മോഹൻലാൽ ചെയ്യുമ്പോൾ നൈക്കി ഷൂവിന്റെ പരസ്യവാചകം അന്വർത്ഥമാവുന്നു. ചിന്തിക്കരുത്, ഉല്പന്നങ്ങൾ വാങ്ങുക, ഉപയോഗിക്കുക

പരസ്യത്തിലൂടെ നമ്മെ കീഴ്പ്പെടുത്തിക്കൊണ്ടിരിക്കുന്ന ഉപഭോഗ ഉല്പന്നങ്ങൾ നമുക്കൊരിക്കൽപ്പൊലും ആവശ്യമില്ലാത്തതാണെന്ന് നാം ചിന്തിച്ചിട്ടില്ല. ഒരു 'ലക്സ്' സോപ്പുപയോഗിച്ച് കുളിച്ചില്ലെങ്കിൽ ഒരു മനുഷ്യന് ഒന്നും സംഭവിക്കാൻ പോകുന്നില്ല. അതു കൊണ്ടു തന്നെയാണ് ആ സോപ്പിന് 'Lux' എന്നു തന്നെ പേരിട്ടിരിക്കുന്നത്. 'Lux' എന്നാൽ 'Luxurious' എന്നതിന്റെ ചുരുക്കമാണ്. ആഡംബരം എന്നു പച്ച മലയാളം. luxury എന്ന ഇംഗ്ളീഷ് പദത്തിൽ നിന്നാണ് luxurious വന്നത്.

മലയാളിയെ വശീകരിച്ച പരസ്യവാചകം 'ലൈഫ്ബോയ് എവിടെയുണ്ടോ അവിടെയാണാരോഗ്യം' എന്നതായിരുന്നു. അടുത്തകാലത്തായി കുട്ടികളെ ആകർഷിക്കാൻ വേണ്ടിയാണ് പരസ്യങ്ങൾ ഏറെയും. ആയിരത്തി തൊള്ളായിരത്തി എഴുപത് എൺപതുകളിൽ പൊതിയാതെ പളുങ്ക് ഭരണികളിൽ നിറച്ചു വച്ച നാരങ്ങാ മിഠായികൾ തൊണ്ണൂറുകളിൽ അപ്രത്യക്ഷമാവുകയും ബദലായി ആകർഷകമായ പൊതികളുമായി ന്യൂട്രിനും , പോപ്പിൻസും കുട്ടികളെ കീഴ്പ്പെടുത്തുകയും ചെയ്തു. അഞ്ചു പൈസ മിഠായിയിൽ നിന്നും അൻപതു പൈസ മിഠായിയിലേക്ക് 'എക്ലയേഴ്സ്' കടന്നു വന്നപ്പോൾ മൂന്നാം ലോകരാജ്യങ്ങളിൽ ലക്ഷക്കണക്കിന് മിഠായികളാണ് വിറ്റഴിക്കപ്പെടുന്നത്. 'എക്ലയേഴ്സ്' എന്ന ഇംഗ്ളീഷ് പദം കള്ളം പറയാതെ കച്ചവടം നടത്തി. കാരണം 'എക്ലയേഴ്സ്' എന്ന ഇംഗ്ളീഷ് വാക്കിന്റെ അർത്ഥം മിഠായി എന്നു തന്നെയായിരുന്നു. പരസ്യങ്ങളിലൂടെ എക്ലയേഴ്സ് കുട്ടികളുടെ ജന്മദിനങ്ങളിലെ സമ്മാനസഞ്ചിയുമായി മിഠായിയായി സ്കൂളുകളിൽ നിലയുറപ്പിക്കുകയും ചെയ്തു.

ബഹുരാഷ്ട്ര ഉല്പന്നങ്ങളുടെ അടുത്ത നോട്ടം കേവലം മിഠായിക

ളിൽ നിന്നും മാറിചിന്തിക്കുക എന്നതായിരുന്നു. ആദ്യ കാലഘട്ടങ്ങളിൽ സമ്പന്നന്റെ അഭിമാന സമ്മാനമായിരുന്നു അഞ്ചു രൂപയുടെ മഞ്ച്. മഞ്ച് എന്ന പദത്തിന്റെ അർത്ഥം അത്യാർത്തിയോടെ ചവച്ച് ശബ്ദമുണ്ടാക്കിക്കൊണ്ടിരിക്കുക എന്നാണ്. 'അത്യാർത്തിച്ചവക്കൽ' എന്നർത്ഥം. ഒരു കിലോ അരിക്ക് ഒൻപത് രൂപ വിലയുള്ളപ്പോൾ പത്തുരൂപയുടെ മഞ്ച് കുട്ടികൾക്ക് വാങ്ങിച്ച് കൊടുക്കുന്നതായിരുന്നു സമ്പന്നന്റെ ആഡംബരാനുഭൂതി.

മഞ്ച് ഇന്ന് സാധാരണക്കാരന്റെ മിഠായിയാണ്. അപ്പോഴാണ് പരസ്യത്തിലൂടെ മുപ്പത് രൂപയുടെ കിന്റർ ജോയ് അവതരിപ്പിക്കുന്നത്. കളിപ്പാട്ടവും മിഠായിയും ചേർത്തുള്ള വിപണന തന്ത്രം ആരെയും അദ്ഭുതപ്പെടുത്തുന്നതാണ്. ടി.വി.യിൽ പരസ്യം കണ്ട കുട്ടികളുടെ ശാഠ്യം സഹിക്കാതെ മുപ്പതു രൂപാ മിഠായിക്കു വേണ്ടി രക്ഷിതാക്കൾ ബേക്കറി കയറി നിരാശരായ കഥ രഹസ്യമായ പരസ്യമാണ്.

ഏറ്റവും കൂടുതൽ പ്രാവശ്യം നമ്മെ കബളിപ്പിച്ചു കൊണ്ടേയിരിക്കുന്ന ഉല്പന്നമാണ് ഹോർലിക്സ്. ഹോർലിക്സിന്റെ ആദ്യകാലപരസ്യം കുടുംബത്തിന്റെ ഉത്തമപോഷകാഹാര ഉല്പന്നം എന്ന രീതിയിലായിരുന്നു. വീടുകളിലെ വിരുന്നുകാരന്റെ വിശേഷപാനീയമായി ഹോർലിക്സ് നമ്മുടെ ഇടയിലേക്ക് വിരുന്നു വന്നത് സന്തോഷത്തോടെ നാം ഇപ്പോഴും ഓർക്കുന്നു. എന്നാൽ പിന്നീട് ആ ഉല്പന്നം വീടിലെ ഓരോ അംഗത്തെയും ആകർഷിക്കുന്ന ഒന്നാക്കി മാറ്റിയപ്പോഴാണ് ഹോർലിക്സ് കുടുംബത്തിന്റെ ഉത്തമ ആഹാരമായി മാറിയത്. കുട്ടികൾക്കുള്ള ഹോർലിക്സും സ്ത്രീകളുടെ നടുവേദനയ്ക്കുള്ള ഹോർലിക്സും അവതരിപ്പിച്ചപ്പോൾ കുടുംബനാഥൻ ഒരവസരത്തിൽ തന്നെ മൂന്നു ഹോർലിക്സുകളും ഒരേ കടയിൽ നിന്നും ഒന്നിച്ചു വാങ്ങേണ്ടി വന്നു.

ഹോർലിക്സ് ബോട്ടിലിന്റെ ആകൃതി മാറ്റി എന്ന് പരസ്യം ചെയ്ത് നമ്മെ വാങ്ങിപ്പിക്കാൻ ശ്രമിക്കുമ്പോൾ നാം ചിന്തിക്കാറില്ല ബോട്ടിലല്ല കഴിക്കുന്നത് അതിനകത്തെ ഗോതമ്പു പൊടിയാണെന്ന്. ഇപ്പോഴിതാ വീണ്ടും പരസ്യം കുട്ടികളെ പുതിയ ഹോർലിക്സിൽ ബുദ്ധി വർദ്ധിക്കാനുള്ള DHA ചേർത്തിട്ടുണ്ടെന്ന്. അപ്പോൾ ഇത്രയും കാലം 'ബുദ്ധിയില്ലാത്ത' ഹോർലിക്സാണ് കുട്ടികൾക്ക് കൊടുത്തതെന്ന് ഒരാളും ബുദ്ധി ഉപയോഗിച്ച് ചിന്തിച്ചിട്ടില്ല.

ഇന്ന് വിദ്യാർത്ഥിയുടെ രസന മാഗി ന്യൂഡിൽസിൽ എത്തിയിരിക്കുന്നു. പരസ്യങ്ങളിലൂടെ ന്യൂഡിൽസ് കഴിക്കുന്ന കുഞ്ഞിന്റെ ഭാവം ഓരോ കുട്ടിയേയും ഉണ്ണിമാങ്ങയല്ല ന്യൂഡിൽസ് ആണ് നല്ലതെന്ന് തെറ്റി

ദ്ധരിക്കപ്പെട്ടിരിക്കുന്നു. ഇപ്പോൾ കുട്ടികൾ 'Lays' തേടി യാണ് കടയിലെത്തുന്നത്. 'Lays' എന്നാൽ പാളികൾ എന്നാണല്ലോ അർത്ഥം. ഉരുളക്കിഴങ്ങിന്റെ അടരുകൾ അജിനോമോട്ടോ ചേർത്ത് ആകർഷണീയമായ പാക്കറ്റുകളിൽ തൂക്കിയിടുന്നതും പരസ്യത്തിന്റെ ഭാഗം തന്നെ. പരസ്യങ്ങളുടെ അധിനിവേശം സാംസ്കാരികരംഗത്തെ വിഷലിപ്തമാക്കുന്നു. പാൽ മിൽമ ബൂത്തിൽ നിന്നും വാങ്ങിക്കുന്ന മാംഗോ ഫ്രൂട്ടിയുടെ രുചിയാണോ മാങ്ങയ്ക്ക് എന്ന് ചോദിക്കുന്ന കുട്ടി പാഠപുസ്തകത്തിലെ അത്ഭുതമല്ല. ജീവിതത്തിലെ യാഥാർത്ഥ്യമാണ്. പശുവിൽ നിന്നാണ് പാൽ ലഭിക്കുന്നത് എന്നു കേൾക്കുമ്പോൾ അത്ഭുതപ്പെടുത്തുന്ന കുട്ടിയാണ് പുതുതലമുറ. മാമ്പഴം തരുന്നത് മാവാണെന്നും, പാൽ തരുന്നത് പശുവാണെന്നും, വെളിച്ചെണ്ണ ഉണ്ടാവുന്നത് നാളികേരത്തിൽ നിന്നാണെന്നും അമിതാബ് ബച്ചനും ഐശ്വര്യാ റായിയും മോഹൻലാലും പരസ്യവാചകങ്ങളിലൂടെ പറയേണ്ടി വരുന്ന കാലമാണ് ഇനി വരാൻ പോകുന്നത്. പരസ്യം ഭാവനകളെ രൂപപ്പെടുത്തുന്ന കാഴ്ചയിൽ നിന്നും ഭാവി രൂപപ്പെടുത്തുന്നതിലേക്ക് സന്നിവേശം ചെയ്യപ്പെടുന്നു. പരസ്യമില്ലാത്ത ലോകം ഉപ്പില്ലാത്ത കഞ്ഞി പോലെയാവുന്നു.

ബുദ്ധനെ വേണ്ടാത്ത ഇന്ത്യക്കാർ

'ഒരുവൻ യുദ്ധത്തിൽ ആയിരം പുരുഷന്മാരെ ജയിച്ചേക്കാം. പക്ഷേ ആര് അവനവനെത്തന്നെ ജയിക്കുന്നുവോ അവനാണ് ഏറ്റവും വലിയ ജേതാവ്.' ശ്രീബുദ്ധൻ

ഒരിക്കൽ ബുദ്ധൻ കുറച്ചു കരിയിലകൾ കൈയ്യിലെടുത്തു. എന്നിട്ട് തന്റെ പ്രിയപ്പെട്ട ശിഷ്യനായ ആനന്ദനോട് ചോദിച്ചു.

എന്റെ കൈയിലുള്ള ഈ ഇലകൾ കൂടാതെ വേറെ വല്ല ഇലകളുമുണ്ടോ?

ആനന്ദൻ ചിന്താധീനനായി. അൽപ്പ സമയത്തിനു ശേഷം മറുപടി പറഞ്ഞു. 'ഗുരോ ശരത്കാലത്തിലെ ഇലകൾ നാലുപാടും വീണുകൊണ്ടിരിക്കുന്നു. അവ സംഖ്യാതീതങ്ങളുമാണ്.' ഭഗവാൻ ബുദ്ധന് സന്തോഷമായി. 'ശരിയായ ഉത്തരങ്ങൾ കണ്ടെത്തുന്നവനാണ് യഥാർത്ഥ ശിഷ്യൻ. അത് പോലെ തന്നെ ഞാൻ നിനക്ക് ഒരു പിടി സത്യങ്ങൾ തന്നിരിക്കുന്നു. എന്നാൽ ഇവയ്ക്ക് പുറമേ, വേറെയും ആയിരക്കണക്കിന് എണ്ണാൻ കഴിയാത്ത അത്ര സത്യങ്ങളുണ്ട്. സത്യത്തിന്റെ വിജയമാണ് അഹിംസ'.

ഭാരതത്തെക്കുറിച്ച് ലോകം ചിന്തിക്കുമ്പോൾ അഹിംസയുടെ ജന്മഗേഹമെന്നാണോർമ്മ വരിക. അഹിംസ എന്ന ത്രൈയക്ഷരം ഭാരതമെന്ന ത്രൈയക്ഷരത്തിന്റെ അപരാഭിധാനമാണ്. 'അഹിംസാ പരമോ ധർമ്മ:' എന്ന മന്ത്രം ഓരോ ഭാരതീയനിലും ബുദ്ധനെയും പിന്നീട് മഹാത്മാഗാന്ധിയെയും മനോമുകുരത്തിലെത്തിക്കും.

ബുദ്ധന്റെയും മഹാത്മജിയുടെയും ഭാരതം അഹിംസയുടെ ഭാരതമായിരുന്നു. നിർഭയമായി ജീവിക്കാൻ ഓരോ സാധാരണ മനുഷ്യനും സാധിക്കണമെന്ന മൗലികമായ ചിന്തയായിരുന്നു ഭഗവാൻ ബുദ്ധനെ

ഭാരതത്തിനു വെളിയിൽ വരെ എത്തിച്ചത്.

ഭാരതം എന്ന വാക്കിന്റെ അർത്ഥം തന്നെ നമ്മെ പഠിപ്പിക്കുന്നത് ഇ പ്രകാരമാണ്. 'ഭ' എന്നാൽ പ്രകാശം എന്നും 'രതം' എന്നാൽ രമിക്കു ന്നത് എന്നുമാണ്. അതായത് പ്രകാശത്തിന്റെ നാട് , അറിവിന്റെ പു ണ്യഭൂമി, ബുദ്ധൻ തന്നെ പറയുന്നത് ശരിയായ ജ്ഞാനമാണ് അഹിം സയിലേക്കുള്ള രഥ്യയെന്നാണ്.

അഹിംസയുടെ ഭൂമിയായ ഭാരതത്തിന്റെ മഹാജനപദങ്ങളിലെ ഇ ന്നത്തെ അവസ്ഥ കണ്ട് ബുദ്ധൻ കരയാൻ തുടങ്ങിയിരിക്കുകയാണ്. നാം ബുദ്ധനെ ചിരിപ്പിച്ചത് 1974 ലെ പൊഖ്റാൻ അണുബോംബ് സ് ഫോടനത്തിലൂടെയാണ്. ആദ്യം ഇന്ദിരാഗാന്ധിയും പിന്നീട് വാജ്പേയ യിയും ബുദ്ധനെ ചിരിപ്പിച്ചു. അഹിംസയുടെ അവതാരമായ ബുദ്ധന്റെ പേരുപയോഗിച്ച് നാം അണുപരീക്ഷണത്തിന്റെ രഹസ്യകോഡായി ബു ദ്ധൻ ചിരിക്കുന്നു എന്ന രഹസ്യസന്ദേശം 'വയലൻസ്' സന്ദേശമായി ന മ്മുടെ ബുദ്ധിജീവിവർഗ്ഗം സാധാരണ ജനങ്ങളെ തെറ്റിദ്ധരിപ്പിക്കുകയാ യിരുന്നു എന്നത് വിധി വൈപരീത്യം മാത്രം.

ആരാണീ ബുദ്ധൻ?

ബുദ്ധമതത്തിന്റെ സ്ഥാപകൻ.

ബി.സി.560 ൽ ഇന്നത്തെ നേപ്പാളിലെ രാജാവായിരുന്ന ശുദ്ധോദന ന്റെയും മായാദേവിയുടെയും ഏകമകൻ. ബുദ്ധന്റെ പൂർവ്വ നാമം സി ദ്ധാർത്ഥൻ.

സിദ്ധാർത്ഥൻ ജനിച്ചയുടനെ രാജകൊട്ടാരത്തിൽ അസിത എന്ന മഹാമുനി രാജകുമാരനെ കാണാനെത്തുകയും ലോകം മുഴുവനറിയ പ്പെടുന്നവനായി തീരുമെന്നും അനുഗ്രഹിച്ചു. സിദ്ധാർത്ഥരാജകുമാരൻ ജനിച്ച് ഏഴാം നാൾ കഴിഞ്ഞ ദിവസം മായാദേവി മഞ്ഞപ്പിത്തം പിടിച്ചു മരിച്ചു. മായാദേവിയുട മരണശേഷം പ്രജാപതി ഗൗതമിയാണ് സി ദ്ധാർത്ഥനെ വളർത്തിയത്. അതിനാലാണത്രേ സിദ്ധാർത്ഥന് പിന്നീട് ഗൗതമൻ എന്ന പേര് വന്നത്.

സിദ്ധാർത്ഥന്റെ ബാല്യകാലം സുഖലോലുപതയുടേതായിരുന്നു. സ ഞ്ചാരമദ്ധ്യേ തികച്ചും അവിചാരിതമായി രോഗിയേയും, വൃദ്ധനേയും, ശ വശരീരത്തേയും, കണ്ട സിദ്ധാർത്ഥന്റെ മനസ്സ് അസ്വസ്ഥമായി.

തന്റെ സാരഥിയായ ഛന്ദനോട് സിദ്ധാർത്ഥൻ പൊട്ടിക്കരഞ്ഞു കൊ ണ്ടു പറഞ്ഞു. ഛന്ദാ ..വയ്യ എനിക്കീ കാഴ്ചയൊന്നും കാണാൻ സാധി ക്കുന്നില്ല. കണ്ണുകളില്ലാത്തവർ, ഭർത്താവ് നഷ്ടപ്പെട്ടവർ, വാർദ്ധക്യം ബാധിച്ചവർ, അശരണർ .ഇതാണോ നമ്മുടെ അവസ്ഥ ഇതിനെയൊ

ക്കെ വിധിയോ പ്രകൃതി നിയമമായോ കാണരുത്. ഇതിനു പരിഹാരം കാണുന്നവനാണ്യഥാർത്ഥ ജ്ഞാനി.

സിദ്ധാർത്ഥൻ ആ രാത്രി ഉറങ്ങിയില്ല. തന്റെ ഇരുപത്തിയൊമ്പതാമത്തെ വയസ്സിൽ ഭാര്യയേയും മകൻ രാഹുലിനേയും ഉപേക്ഷിച്ച് കുതിരപ്പുറത്തു കയറി നഗരം വിട്ട് യാത്ര ആരംഭിച്ചു. ഇരുട്ടിൽ നിന്നും വെളിച്ചത്തിലേക്ക് അഥവാ പരമസത്യം കണ്ടെത്താനുള്ള യാത്രയായിരുന്നു. ദുഖ കാരണങ്ങളും ദുഖ നിവാരണമാർഗ്ഗങ്ങളും അന്വേഷിച്ച് സർവ്വസംഗപരിത്യാഗിയായി അദ്ദേഹം പലയിടത്തും ചുറ്റിത്തിരിഞ്ഞു. ജീവിതരഹസ്യങ്ങളും വൈരുദ്ധ്യങ്ങളും മനസ്സിലാക്കാൻ പല ആചാര്യന്മാരെയും സമീപിച്ചു. അലാരകനും, ഉദ്രകനും അദ്ദേഹത്തെ കഠിനമായ തപോമുറകൾ അഭ്യസിപ്പിച്ചു. ആഹാരാദികൾ വെടിഞ്ഞു കൊണ്ടുള്ള (ഒരു പക്ഷേ ലോകത്തിലെ ആദ്യ നിരാഹാര വ്രതം. പിന്നീട് ആധുനിക കാലഘട്ടത്തിൽ ഗാന്ധിജി കൊണ്ടു വന്ന നിരാഹാര വ്രതം). ശരീര പീഡനം അർത്ഥശൂന്യമെന്നു മനസ്സിലാക്കിയ അദ്ദേഹം അത്തരം പരീക്ഷണങ്ങൾ ഉപേക്ഷിച്ചു.

ഒടുവിൽ തന്റെ മുപ്പത്തിയേഴാം വയസ്സിൽ ബിഹാറിലെ 'ഗയ' എന്ന സ്ഥലത്തെ ഒരു ആൽമരച്ചുവട്ടിൽ ധ്യാനത്തിലിരുന്നു. നാല്പത്തിയൊമ്പതാം ദിവസം. വൈശാഖമാസത്തിലെ പൗർണ്ണമി നാളിൽ സിദ്ധാർത്ഥന് ഈശ്വരവെളിപാടുണ്ടായി. 'എനിക്കെല്ലാം വ്യക്തമാവുന്നു. എന്റെ മനസ്സിൽ ഒരു അവാച്യമായ അനുഭൂതി. ഏതോ ഒരു വെളിച്ചം എന്റെ സിരകളിലൂടെ ഹൃദയത്തിലേക്ക് പ്രവഹിക്കുന്നു. എന്റെ ശിരസ്സിനകത്ത്, സഹസ്രാരപത്മത്തിൽ ജ്ഞാനത്തിന്റെ പ്രകാശകിരണങ്ങൾ ഉദിച്ചുയരുന്നു. എല്ലാം എല്ലാം .വ്യക്തം ദുഖകാരണങ്ങളും ദുഖ നിവാരണ മാർഗങ്ങളും മനസ്സിൽ തെളിഞ്ഞു കാണുന്നു'.

ബുദ്ധൻ-'ജീവിതം തന്നെ ദുഖമാണ്. യുഗയുഗാന്തരങ്ങളായി മനുഷ്യൻ ദു:ഖിച്ചു കൊണ്ടിരിക്കുന്നു. മനുഷ്യരുടെ ദു:ഖത്തിലൂടെ നാലു സമുദ്രങ്ങളിലുള്ള ജലത്തേക്കാളധികം കണ്ണീർപൊഴിക്കപ്പെട്ടിട്ടുണ്ട്. അതുകൊണ്ട് ഒരു മനുഷ്യനും ദുഖിക്കാതിരിക്കാനുള്ള സ്ഥിതി ഭൂമിയിലുണ്ടാവണം. അതിനുള്ള വഴിയാണ് ഞാൻ കണ്ടുപിടിച്ചിരിക്കുന്നത്'.

പവിത്രമായ ബനാറസ്സിന്റെ പ്രാന്തപ്രദേശത്തുള്ള സാരാനാഥിലെ ഹരിണകവനത്തിൽ വച്ചാണ് ബുദ്ധൻ തന്റെ ആദ്യമതപ്രഭാഷണം നടത്തിയത്. തനിക്ക് പരിചയമുണ്ടായിരുന്ന അഞ്ചു സന്യാസിമാരോട് ചെയ്ത ഈ പ്രഭാഷണത്തെ 'ധർമ്മചക്രം തിരിച്ചു വിടൽ' എന്നാണ് ബൗദ്ധ പ്രമാണങ്ങൾ വിശേഷിപ്പിക്കുന്നത്.

ബുദ്ധൻ ജനങ്ങളോടുപദേശിച്ചത് അതിഗഹനങ്ങളായ അദ്ധ്യാത്മിക തത്വങ്ങളല്ല. സരളവും പ്രായോഗികവുമായ സന്മാർഗ രീതികളായിരുന്നു. സാധരണക്കാരുടെ ഭാഷയിൽ അവരുടെ ഹൃദയം തൊട്ടറിഞ്ഞ് അവരുടെ ജീവിതവുമായി ബന്ധപ്പെട്ട പ്രശ്നങ്ങൾ വിശദീകരിച്ചു.

ബുദ്ധതത്വങ്ങളുടെ അടിസ്ഥാനം നാല് ആര്യ സത്യങ്ങളാണ്.

ഒന്ന്- ലൗകിക ജീവിതം സമ്പൂർണ്ണമാണ്. രണ്ട്-ആശയാണ് എല്ലാ ക്ളേശത്തിന്റെയും മൂലകാരണം. മൂന്ന്-ആശ ഒഴിവാക്കിയാൽ എല്ലാ ദുഖങ്ങളും ദുരിതങ്ങളും ഒഴിവാകും, നാല്- അഷ്ടാംഗ മാർഗ്ഗങ്ങൾ അനുഷ്ഠിക്കുക വഴി ക്ളേശങ്ങൾ ഇല്ലാതാക്കാൻ കഴിയും. ശരിയായ വിശ്വാസം, ശരിയായ ലക്ഷ്യം, ശരിയായ ഭാഷണം, ശരിയായ കർമ്മം, ശരിയായ ജീവിതരീതി, ശരിയായ പരിശ്രമം, ശരിയായ ശ്രദ്ധ, ശരിയായ ധ്യാനം ഇവയാണ് അഷ്ടാംഗമാർഗ്ഗങ്ങൾ.

ബുദ്ധന്റെ പ്രധാന ധർമ്മോപദേശം അഹിംസ അഥവാ അക്രമാരാഹിത്യമാണ്. ലോകസമാധാനത്തിനു വേണ്ടി പ്രവർത്തിച്ച മഹാരഥനാണ് ഭഗവാൻ ബുദ്ധൻ. ബുദ്ധം ശരണം, ധർമ്മം ശരണം, സംഘം ശരണം ഗച്ഛാമി എന്ന വചനാമൃതം ഭാരതത്തിലെ ഓരോ ഗ്രാമത്തിന്റെയും ഉണർത്തുപാട്ടായിരുന്നു. പ്രാചീനഭാരതത്തിൽ ഹിംസയിൽ വിനോദിക്കുന്ന അസുരന്മാർ പോലും അഹിംസയെ ശ്രേഷ്ഠമെന്നു കരുതിയിരുന്നു.

അസുരഗുരുവായ ശുക്രാചാര്യന്റെ ഉപദേശം കേൾക്കുക

'അല്ലയോ ദേവവൈരികളേ, നിങ്ങൾക്കു ഹിതമായിരിക്കുന്ന സത്യം ഞാൻ പറഞ്ഞു തരാം. അഹിംസയാണ് ഏറ്റവും മുഖ്യമായ ധർമ്മം. തന്നെ കൊല്ലുന്നവരായി വന്നു നിൽക്കുന്നവരെപ്പോലും അങ്ങോട്ടുപദ്രവിക്കരുത്. ഉപദ്രവിച്ചാൽ അതു ഹിംസയാകുന്നു. ഭോഗ തത്പരരും മൃഷ്ടാന്ന ഭോജികളുമായ ചില ദ്വിജന്മാരുണ്ട്. അവരാണ് യാഗത്തിൽ ഹിംസയാകാമെന്ന് വേദത്തിൽ എഴുതിയിരിക്കുന്നത്. '

ഭോഗതത്പരരും മൃഷ്ടാന്ന ഭോജികളുമായ ചില ദ്വിജന്മാരുണ്ട്. അവരാണ് ഇന്ത്യയിലെ ആദിവാസികളെ ഉന്മൂലനം ചെയ്യാൻ വേണ്ടി 'ഗ്രീൻ ഹണ്ടു' നടത്താൻ തിരുമാനിച്ചിരിക്കുന്നത്. അഹിംസാ ഭൂമിയായ ഭാരതം കൊലയാളികളായി മാറുന്ന കണക്കുകളാണ് മനുഷ്യാവകാശ സംഘടനയായ 'ഏഷ്യൻ സെന്റർ ഫോർ ഹ്യൂമൻ റൈറ്റ്സ്' പുറത്തു വിട്ടിരിക്കുന്നത്. കഴിഞ്ഞ എട്ടു വർഷത്തിനുള്ളിൽ നാം ബുദ്ധനെ കരയിപ്പിച്ചു കൊണ്ടിരിക്കുകയാണ്. ഇന്ത്യയിലെ ജയിലുകളിലും ലോക്കപ്പുകളിലുമായി പീഡനമേറ്റ് കൊല്ലപ്പെട്ടത് 12000 ത്തിലേറെ പേരാണ്. 2002

മുതൽ 2007 വരെയുള്ള ഭരണകൂട കൊലപാതകം 7,468 ആണത്രേ. 2004 മുതൽ 2008 വരെയുള്ള കണക്കുകളിൽ ഇത് 12,006 ആയി വർദ്ധിച്ചു.

സ്ത്രീകളാണ് സംസ്കാരത്തിന്റെ മാലാഖമാരെന്നു പറഞ്ഞ ബുദ്ധ ഭഗവാന്റെ നാട്ടിൽ ഇരുപത്തിമൂന്നു ലക്ഷം സ്ത്രീകൾ ലൈംഗിക തൊഴിലാളികൾ ആണെന്നറിയുമ്പോൾ ബുദ്ധന്റെ കരച്ചിൽ കൂടാനേ വഴിയുള്ളൂ.

നേപ്പാളിൽ നിന്നാണ് ബുദ്ധൻ വന്നത്. ഇപ്പോഴിതാ നേപ്പാളിൽ നിന്നും വന്ന മാവോയിസ്റ്റുകൾ ഭാരതത്തെ കരയിക്കുന്നു. ആദിവാസിയുടെ ഭൂമി അധികാരവർഗ്ഗം എന്നു പിടിച്ചെടുക്കാൻ തുടങ്ങിയോ അന്നു തുടങ്ങിയതാണ് ബുദ്ധന്റെ നിലവിളികൾ.

മാഡംക്യൂറി
ദേശസ്നേഹത്തിന്റെയും ലളിതജീവിതത്തിന്റെയും മാതൃക

വാഴ്സയിൽ നിന്നൊരു പെൺകുട്ടി

പോളണ്ടിന്റെ തലസ്ഥാനമാണ് വാഴ്സാ. 1867 നവംബർ 7ന് മേരി ജനിച്ചു. അച്ഛൻ സയൻസ് അദ്ധ്യാപകനായ സ്കോഡോസ്കി. അമ്മ വ്ളാഡിസ്ളാവ്. മേരി അഞ്ചാമത്തെ പുത്രിയായിരുന്നു. മൂന്നു സഹോദരിയും ഒരു സഹോദരനും.

മേരിയുടെ അമ്മ ക്ഷയരോഗിയായി മാറിയതിനാൽ സഹോദരി സോസിയാണ് മേരിയുടെ കാര്യങ്ങൾ ശ്രദ്ധിച്ചിരുന്നത്.

കഥ കേൾക്കാൻ മേരിക്ക് ഏറെ ഇഷ്ടമായിരുന്നു. ചേച്ചി ഒത്തിരി കഥകൾ പറഞ്ഞു കൊടുത്തു. കഥയിലെ സംശയങ്ങളാണ് മേരിയുടെ ബുദ്ധിശക്തിയെ ഉദ്ദീപിപ്പിച്ചത്. മേരിയുടെ അച്ഛൻ സ്കോഡോസ്കി സ്വന്തം വീട്ടിൽ പരീക്ഷണശാലയൊരുക്കി. അച്ഛൻ പരീക്ഷണങ്ങൾ നടത്തുമ്പോൾ സംശയങ്ങളുമായി മേരി പിറകെ ഉണ്ടാവും. അച്ഛൻ സംശയങ്ങൾക്കെല്ലാം യുക്തി സഹമായ മറുപടിയും നൽകി. ഒരു കൊച്ചു ശാസ്ത്രജ്ഞയുടെ ഉദയം വീട്ടിലെ പരീക്ഷണശാലയിൽ നിന്നായിരുന്നു.

പെൺകുട്ടികൾക്ക് മാത്രമുള്ള സ്കൂളിലെ പഠനത്തിനിടയിൽ വീട്ടിലെ എല്ലാവർക്കും പകർച്ച വ്യാധി പിടിപെട്ടു. മേരിയുടെ മൂത്ത സഹോദരി സോസി മരണപ്പെട്ടു. തുടർന്ന് രോഗിണിയായ അമ്മയും മരണപ്പെട്ടു. രണ്ടു മരണങ്ങൾ ആ കുടുംബത്തെ തളർത്തിക്കളഞ്ഞു. മേരിക്ക് അപ്പോൾ പത്തു വയസ്സേ പ്രായമായിരുന്നുള്ളൂ.

സ്വകാര്യ സ്കൂളിലെ പഠനത്തിനു ശേഷം സർക്കാർ സ്കൂളിൽ ചേർന്നു പഠിച്ചു. സർക്കാർ സ്കൂളിനെ ജിംനേഷ്യം എന്നാണ് വിളിച്ചത്. അവിടെ വച്ച് ജർമ്മൻ ഭാഷ പഠിക്കേണ്ടി വന്നത് അനുഗ്രഹമായി മാറി.

റഷ്യൻ ആധിപത്യത്തിനെതിരെയുള്ള പോരാട്ടം

മേരിയുടെ അടുത്ത കൂട്ടുകാരികളായിരുന്നു കാസിയയും ക്യൂനിക്കും. മിക്കവാറും അവരൊന്നിച്ചായിരുന്നു ജിംനേഷ്യത്തിലേക്ക് പോയിരുന്നത്. ഒരു ദിവസം ക്യൂനിക്ക് പൊട്ടിക്കരഞ്ഞു കൊണ്ട് പറഞ്ഞു. എന്റെ സഹോദരനെ നാളെ റഷ്യൻ ഭരണാധികാരികൾ തൂക്കിക്കൊല്ലാൻ പോവുകയാണ്. അദ്ദേഹം റഷ്യക്കാർക്കെതിരെയാണെന്ന് ആരോ ഒറ്റുകൊടുത്തു. പോളണ്ടുകാരനായതിനാൽ റഷ്യക്കാർ നമ്മെ എന്തിനാണിങ്ങനെ ദ്രോഹിക്കുന്നത്. മേരി അവളെ ആശ്വസിപ്പിച്ചു. അതോടൊപ്പം മനസ്സിൽ സ്വയം ചെറുത്തു നിൽപ്പിന്റെ ചോദ്യങ്ങളുയർത്തി. സ്വന്തം രാജ്യത്തോട് കൂറു പുലർത്തുന്നത് എങ്ങനെ തെറ്റാവും. വിദേശികളായ റഷ്യക്കാർക്ക് പോളണ്ടുകാരനെ തൂക്കിക്കൊല്ലാനുള്ള അധികാരം ആരാണ് നൽകിയത്. സാമ്രാജ്യത്വത്തിനെതിരെ പോരാടുകയാണെന്ന് പറഞ്ഞ് സാധാരണക്കാരനെ തൂക്കിലേറ്റുന്നത് എന്തു സോഷ്യലിസമാണ്. ഒരു പത്തുവയസ്സുകാരിയുടെ മനസ്സിലെ ആത്മഗതം റഷ്യൻ അധിനിവേശത്തിനെതിരെ രോഷാഗ്നിയായി മാറി.

'നമുക്ക് ക്യൂനിക്കിന്റെ വീടു വരെ പോകാം'. മേരി കൂട്ടുകാരികളോട് പറഞ്ഞു. എന്തു വിഡ്ഢിത്തമാണ് കുട്ടി വിളമ്പുന്നത്. രാഷ്ട്രീയ ക്കുറ്റത്തിന് വധശിക്ഷ വിധിക്കപ്പെട്ടവരുടെ വീട്ടിൽ പോവുകയോ. ഞാനില്ല. എല്ലാവരും പ്രതികരിച്ചത് അങ്ങനെയാണ്. കാരണം രാഷ്ട്രീയ ക്കുറ്റം ചുമത്തിയവരുടെ വീട് സന്ദർശിച്ചാൽ അവർക്കും ശിക്ഷ ലഭിക്കുമായിരുന്നു.

എന്നാൽ മേരി, കാസിയയേയും കൂട്ടി ക്യൂനിക്കിന്റെ വീട്ടിൽ ചെന്നു. ക്യൂനിക്കിന്റെ സഹോദരന്റെ ആത്മാവിന് വേണ്ടി പ്രാർത്ഥിച്ചു.

റഷ്യക്കാർക്ക് മേരിയുടെ പ്രതിഷേധത്തിനു മുമ്പിൽ ഒരു ചുക്കും ചെയ്യാൻ കഴിഞ്ഞില്ല.

ദേശസ്നേഹികളുടെ രഹസ്യ വിദ്യാഭ്യാസ സംഘം.

സ്കൂൾ വിദ്യാഭ്യാസം സ്വർണ്ണമെഡലോടെ പാസ്സായെങ്കിലും ഉപരി പഠനം ദാരിദ്ര്യം കൊണ്ട് സാധ്യമായില്ല. സ്കൂൾ കുട്ടികൾക്ക് വീടുവീടാന്തരം കയറി ട്യൂഷനെടുത്ത മേരി ആയിടയ്ക്ക് വാഴ്സയിലെ ദേശസ്നേഹികളുടെ സംഘടനയായ രഹസ്യ വിദ്യാഭ്യാസ സംഘത്തിൽ അംഗമായി. പോളണ്ടിന്റെ ദുരവസ്ഥയേയും സ്വാതന്ത്ര്യത്തേയും പറ്റി ബോ

ധവാന്മാരാക്കുക എന്നതായിരുന്നു ആ സംഘടനയുടെ ദൗത്യം.

ദാരിദ്ര്യവും പട്ടിണിയും അകറ്റാൻ വിദ്യാഭ്യാസം ആവശ്യമാണെന്നും വിദ്യാഭ്യാസത്തിലൂടെയേ ചിന്തയും വിവേകവുമുള്ള ജനങ്ങൾ ഉണ്ടാവൂ എന്നും അവർക്കു മാത്രമേ ഒരു സ്വതന്ത്ര രാജ്യത്തിനു വേണ്ടി പൊരുതാനാവൂ എന്നും ജനങ്ങളെ പഠിപ്പിക്കാനായിരുന്നു രഹസ്യ വിദ്യാഭ്യാസ സംഘം. പോളണ്ടിലെ റഷ്യൻ അധിനിവേശത്തിനെതിരെ മേരി സജീവമാവുകയായിരുന്നു ആ സംഘടനയിലൂടെ.

സർവ്വകലാശാലാ പഠനം പിയർ ക്യൂറി ബന്ധം

1891 ൽ നവംബർ 3ാം തീയ്യതി മേരി സോൺബോൺ സർവ്വകലാശാലയിൽ ചേർന്നു. 1898 ജൂലൈയിൽ മാസ്റ്റർ ഓഫ് സയൻസ് പരീക്ഷയ്ക്ക് ചേർന്നു. ഒന്നാം റാങ്കോടെ പാസ്സായി.

മേരി വീണ്ടും പാരീസിലെത്തി. പ്രൈവറ്റായി ഗവേഷണം ആരംഭിച്ചു. മുൻ പരിചയക്കാരനായ പ്രഫസർ കൊവോസ്കിയെ കണ്ടു മുട്ടി. അദ്ദേഹം സ്കൂൾ ഓഫ് ഫിസിക്സ് ആന്റ് കെമിസ്ട്രി എന്ന സ്ഥാപനത്തിലെ ശാസ്ത്രജ്ഞനായ പിയർ ക്യൂറിയെ പരിചയപ്പെടുത്തി.

ഒരു അതുല്യ പ്രതിഭയായിരുന്നു പിയർ ക്യൂറി. വിദ്യാലയ വിദ്യാഭ്യാസമില്ലാതെ പതിനാറാം വയസ്സിൽ അടിസ്ഥാന ബിരുദം നേടിയ ലോകത്തിലെ ആദ്യത്തെയാൾ. പതിനെട്ടാം വയസ്സിൽ ബിരുദാനന്തര ബിരുദവും നേടി ചരിത്രം കുറിച്ചു. വിദ്യുച്ഛക്തി, ക്യൂറി സ്കെയിൽ കണ്ടുപിടിത്തങ്ങളിലൂടെ വിഖ്യാതനായി. അറിവ് അറിവിന് വേണ്ടി എന്നതായിരുന്നു പിയർ ക്യൂറിയുടെ ചിന്താസൂക്തം. അഹങ്കാരിയല്ലാത്ത ശാസ്ത്രജ്ഞൻ. അതാണ് പിയർ

പിയർ ക്യൂറിയുമായി പരിചയപ്പെട്ട സന്ദർഭത്തെ മേരി ഇങ്ങനെ അനുസ്മരിക്കുന്നു. ഞാൻ ചെന്നപ്പോൾ അദ്ദേഹം ബാൽക്കണിയിലെ വാതിലിൽ നിൽക്കുകയായിരുന്നു. 35 വയസ്സായിരുന്നുവെങ്കിലും യുവത്വമുള്ള ശരീരപ്രകൃതമായിരുന്നു അദ്ദേഹത്തിന്റേത്. അശ്രദ്ധനായി നിന്ന അദ്ദേഹത്തിന്റെ ശരീരപ്രകൃതി എന്നെ ആകർഷിച്ചു. ലളിതവും ആലോചനാമൃതവുമായ ഓരോ വാക്കും ഞാൻ ശ്രദ്ധിച്ചു. ശാസ്ത്രത്തെപ്പറ്റി ഞങ്ങൾ ഏറെ നേരം സംസാരിച്ചു. തികഞ്ഞ ഒരു പണ്ഡിതനാണ് അദ്ദേഹമെന്ന് എനിക്ക് ബോധ്യപ്പെട്ടു.

മേരിയെപ്പറ്റി പിയർ ക്യൂറി മേരി ഒരു അസാധാരണ സ്ത്രീയായിരുന്നു. സ്ത്രീകൾക്ക് പൊതുവെ ബുദ്ധി കുറവാണെന്നായിരുന്നു കരുതിയത്. എന്നാൽ മേരി അതിനൊരപവാദമാണ്. മേരി വിനയത്തിന്റെ ആൾരൂപമാണ്. ദീർഘനാളത്തെ പരിചയത്തിനു ശേഷം പോളണ്ടുകാ

രിയായ മേരിയും ഫ്രഞ്ചുകാരനയായ പിയർക്യൂറിയും വിവാഹിതരായി. 1895 ജൂലൈയിൽ. മേരി, മാഡം ക്യൂറിയായി.

കണ്ടുപിടിത്തങ്ങളിലെക്കുള്ള ഗവേഷണം

ഹെന്റി ബക്യുറലിന്റെ ഒരു ഗവേഷണ പ്രബന്ധം ക്യൂറി ദമ്പതിമാരുടെ ശ്രദ്ധയിൽപെട്ടു. അസാധാരണമായ ഒരു സ്വഭാവം യുറേനിയം രശ്മികൾക്കുള്ളതായി പ്രബന്ധത്തിൽ എടുത്തു പറഞ്ഞിരുന്നു. യുറേനിയത്തിന്റെ ലവണങ്ങൾ ബാഹ്യ പ്രേരണകൾ ഒന്നും കൂടാതെ ചില രശ്മികൾ പ്രസരിപ്പിക്കുന്നുവെന്ന തത്ത്വത്തെ അടിസ്ഥാനമാക്കി അവർ ഗവേഷണമാരംഭിച്ചു.

തോറിയത്തിന്റെ കണ്ടുപിടിത്തം

പിയർ ജോലി ചെയ്തിരുന്ന സ്കൂൾ ഓഫ് ഫിസിക്സിലെ ഒരു ഡയറക്ടറുടെ ഒത്താശയിൽ ഇരുളടഞ്ഞ ഒരു മുറിയിൽ അസൗകര്യങ്ങളെ സൗകര്യങ്ങളാക്കി മാറ്റി കൊണ്ട് അവർ ഗവേഷണമാരംഭിച്ചു. ഗവേഷണമെന്ന തപസ്സിൽ ആ ദമ്പതികൾ മുഴുകി. അതിനിടയിൽ യുറേനിയത്തിന്റെ സ്വഭാവമുള്ള മറ്റൊരു മൂലകം കണ്ടെത്തി. അതിന് തോറിയം എന്നു പേരിട്ടു. റേഡിയോ പ്രസരണ സ്വഭാവമുള്ള മൂലകങ്ങളുടെ സ്വഭാവത്തെ റേഡിയോ ആക്ടിവിറ്റി എന്നു പേരു വിളിച്ചു. (1898)

പൊളോണിയം കണ്ടെത്തൽ

റേഡിയോ ആക്റ്റിവിറ്റി മറ്റ് ഏതെങ്കിലും മൂലകങ്ങൾക്കുണ്ടോയെന്ന പരിക്ഷണത്തിൽ പിയർ ക്യൂറിയും മാഡം ക്യൂറിയോടൊപ്പം ചേർന്ന് നടത്താൻ നിശ്ചയിച്ചു. പിച്ച് ബ്ളെന്റ് ഖനിജത്തിൽ അവർ പരീക്ഷണമാരംഭിച്ചു. യുറേനിയത്തിന്റെ ഒരു ഖനിജമാണ് പിച്ച് ബ്ലെന്റ്. യുറേനിയം നീക്കിക്കിട്ടിയ അവശിഷ്ടത്തിന് യുറേനിയത്തേക്കാൾ റേഡിയോ ആക്റ്റിവിറ്റി ഉണ്ടെന്നും അത് പുതിയ ഒരു മൂലകമാണെന്നും അവർ കണ്ടെത്തി. (1898 ജൂലൈ 21) സ്വന്തം നാടിന്റെ പേര് ചേർത്ത് തന്റെ രാജ്യസ്നേഹത്തിന്റെ ഉൾക്കരുത്ത് കാട്ടാൻ മേരിക്യൂറി ആ മൂലകത്തിന് പൊളോണിയം എന്ന പേരു നൽകി.

റേഡിയത്തിന്റെ കണ്ടു പിടിത്തം

പിച്ച് ബ്ളെൻഡിന്റെ കണ്ടു പിടിത്തത്തിൽ നിന്നും മറ്റൊരു മൂലകം കൂടി അവർ കണ്ടു പിടിച്ചു. (1898 ഡിസംബർ 30) ഇതിന് യുറേനിയത്തിന്റെ ആയിരം മടങ്ങ് റേഡിയോ ആക്റ്റിവിറ്റി ഉണ്ടായിരുന്നു. ആ മൂലകമാണ് ലോകം കാത്തിരുന്ന മൂലകം റേഡിയം. ശാസ്ത്രലോകം പുതിയ രണ്ടു മൂലകങ്ങളുടെ കണ്ടു പിടിത്തത്തെ ഗൗരവമായെടുത്തില്ല.

ശാസ്ത്ര വേദികളിൽ ചിലർ പരിഹസിച്ചു. ക്യൂറി ദമ്പതിമാർ റേ

ഡിയം വേർതിരിക്കാനുള്ള പരീക്ഷണങ്ങൾ തുടർന്നു. ആസ്ത്രിയൻ ഗവൺമെന്റിന്റെ സഹായത്തോടെ ടൺ കണക്കിന് പിച്ച് ബ്ലെൻഡിൽ നിന്നേ ഗ്രാം കണക്കിന് റേഡിയം ലഭിക്കുകയുള്ളൂ.

ലാബോറട്ടറിക്കടുത്ത് ഒരു ഷെഡ് കെട്ടി. കഴുകലും വറുക്കലും അരിക്കലും തകൃതിയായിരുന്നു. ദീർഘമായ തപസ്സ്, ഏകാഗ്രമായ ചിന്ത. റേഡിയത്തെ വേർതിരിക്കാനുള്ള യജ്ഞം വിജയിച്ചു. അതിന്റെ അണുഭാരം 226 നും 245 നും ഇടയിലായിരുന്നു. ഒരു ഗ്രാമിന്റെ പത്തിലൊന്നു ഭാഗമേ അവർക്കു വേർതിരിക്കാനായുള്ളൂ. കറിയുപ്പിന്റെ നിറമുള്ള വെളുത്തപൊടി അതായിരുന്നു റേഡിയം. തന്റെ മറ്റൊരു കുഞ്ഞ്. മാഡം ക്യൂറി മനസ്സിലോർത്തു.

പിന്നീട് അർബുദത്തിനുള്ള ഫലപ്രദമായ ഒരു ചികിത്സയായിത്തീർന്നു റേഡിയം വികിരണം. രോഗാണുക്കളെ നശിപ്പിക്കാനും വ്രണങ്ങളെ ഉണക്കാനും റേഡിയം ഉപകരിച്ചു. റേഡിയം ഉപയോഗിച്ചുള്ള ചികിത്സാരീതിക്ക് ക്യൂറി തെറാപ്പി എന്നു വിളിച്ചു. 1903 ഡിസംബർ 10 ന് ഫിസിക്സിനുള്ള നോബേൽ സമ്മാനത്തിന് ഹേന്റി ബക്യുറലിനൊപ്പം ക്യൂറി ദമ്പതിമാരും അർഹരായി.

നോബൽ സമ്മാനത്തുകയിൽ സിംഹഭാഗവും പോളിഷ് വിദ്യാർത്ഥികൾക്ക് നൽകുവാനും ശാസ്ത്ര സംഘടനകൾക്ക് സംഭാവന നൽകുകയുമായിരുന്നു അവർ ചെയ്തത്. വീടിന് ഒരു കുളിമുറി കെട്ടി എന്നതു മാത്രമാണ് ആദ്യത്തെ നോബൽ സമ്മാനത്തിന്റെ ബാക്കി തുക കൊണ്ട് ചെയ്തത്. അക്കാലത്ത് ഒരു ഗ്രാം റേഡിയത്തിന് ലക്ഷക്കണക്കിന് രൂപ വിലയുണ്ടായിരുന്നു. പല രാജ്യക്കാരും കമ്പനികളും ക്യൂറി ദമ്പതിമാർക്ക് റേഡിയത്തിന്റെ നിർമ്മാണ രഹസ്യം പറഞ്ഞു കൊടുത്താൽ കോടിക്കണക്കിനു രൂപ നൽകാമെന്ന് വാഗ്ദാനം ചെയ്തിട്ടും അവർ ആ രഹസ്യം തങ്ങളുടെ രാജ്യത്തിന്റേതാക്കി.

പിയർക്യൂറിയുടെ അപകട മരണം

1904 ൽ പിയർക്യൂറിക്ക് സോൺബോൺ സർവ്വകലാശാലയിൽ ഫിസിക്സിന്റെ ചീഫ് പ്രൊഫസറായി നിയമനം ലഭിച്ചു. സർവ്വകലാശാലയിൽ പ്രത്യേക പരീക്ഷണശാല സ്ഥാപിച്ചു. ഒരു റേഡിയം ഇൻസ്റ്റിറ്റ്യൂട്ട്. അതായിരുന്നു അദ്ദേഹത്തിന്റെ സ്വപ്നം.

ഒരു മഴയുള്ള ദിനം. പിയർ സർവ്വകലാശാലയിലേക്ക് വേഗത്തിൽ നടക്കുകയായിരുന്നു. ഭാരം കയറ്റി വന്ന ഒരു ചരക്കു വണ്ടി അദ്ദേഹത്തെ തള്ളിയിട്ടു. വണ്ടിച്ചക്രങ്ങൾ പിയറിയുടെ തലയിലൂടെ കയറിയറങ്ങി. ഇനിയും കണ്ടുപിടിത്തങ്ങൾ നടത്താനിരുന്ന തലച്ചോറ് റോഡിൽ ചത

ഞ്ഞരഞ്ഞു കിടന്നു.

ഭർത്താവിന്റെ മരണം മാഡം ക്യൂറിയെ തളർത്തിക്കളഞ്ഞു. എങ്കിലും തന്റെ ദൗത്യം മാഡം ക്യൂറിയെ ജീവിതത്തിലേക്ക് തിരിച്ചു വരുന്നതിന് പ്രേരണ നൽകി. ഭർത്താവിന്റെ ആഗ്രഹമായ റേഡിയം ഇൻസ്റ്റിറ്റ്യൂട്ടിന്റെ പ്രവർത്തനമാരംഭിച്ചു. സോൺബോൺ സർവ്വകലാശാലയിലെ ആദ്യ വനിതാ പ്രൊഫസറായി നിയമിതയായി.

ഔദ്യോഗിക കൃത്യങ്ങളിൽ ഒരു വീഴ്ചയും വരാതെ ഗവേഷണങ്ങളിൽ മുഴുകി. നേരത്തെ റേഡിയത്തെ ക്ളോറൈഡായും ബ്രോമൈഡായുമാണ് ക്യൂറിമാർ വേർതിരിച്ചിരുന്നത്. ഇപ്പോൾ ശുദ്ധ റേഡിയത്തെ വേർതിരിക്കാനുള്ള ഒരു രീതി മാഡം ക്യൂറി കണ്ടെത്തി. റേഡിയത്തിന്റെ റേഡിയോ ആക്റ്റിവിറ്റി അളക്കുന്നതിനും റേഡിയേഷൻ നിയന്ത്രിക്കുന്നതിനുമുള്ള ഉപകരണങ്ങളും അവർ കണ്ടു പിടിച്ചു. 1911 ൽ രസതന്ത്രത്തിനുള്ള നോബേൽ സമ്മാനം വീണ്ടും അവരെ തേടിയെത്തി.

1914 ൽ റേഡിയം ഇൻസറ്റിറ്റ്യൂട്ടിന്റെ പണി പൂർത്തിയായി. തന്റെ ശേഖരത്തിലുള്ള റേഡിയം മുഴുവൻ ഇൻസ്റ്റിറ്റ്യൂട്ടിന് സംഭാവന നൽകി. ഒന്നാം ലോകമഹായുദ്ധകാലത്ത് ഫ്രാൻസിലെ സൈനികരെ ചികിത്സിപ്പിക്കാൻ സഞ്ചരിക്കുന്ന X-Ray യൂണിറ്റുകളുടെ മേൽനോട്ടം മാഡം ക്യൂറി നെരിട്ട് ഏറ്റെടുത്തു.

റേഡിയം സമ്മാനമായി ലഭിക്കുന്നു

1920 ൽ അമേരിക്കൻ വനിതകൾ ഒരു ലക്ഷം ഡോളർ പിരിച്ച് ഒരു ഗ്രാം റേഡിയം വാങ്ങി മാഡം ക്യൂറിക്ക് നൽകി. തന്റെ കണ്ടു പിടിത്തം തന്നെ തനിക്ക് സമ്മാനമായി ലഭിച്ചപ്പോൾ തന്റെ ജീവിതത്തിലെ അസുലഭ മുഹൂർത്തമായി ക്യൂറിക്ക് അനുഭവപ്പെട്ടു.

ക്രമേണ കഠിനാധ്വാനം അവരെ തളർത്തി. 1934 ജൂലൈ 4 ന് മാഡം ക്യൂറി അന്തരിച്ചു. രക്തത്തിൽ റേഡിയം കലർന്നതിനാലുള്ള മാരകരോഗമാണ് അവരെ മരണത്തിലേക്ക് കൊണ്ടു പോയത്.

ഒരു കിണ്ടി വെള്ളം

ഓരോ അക്ഷരത്തിനും അർത്ഥം നൽകിയിരിക്കുന്ന കാവ്യമാണ് അഗ്നിപുരാണം. ജലം എന്ന പദത്തിലെ 'ജ' എന്ന അക്ഷരത്തിന് ജയം എന്നും 'ല' എന്ന അക്ഷരത്തിന് വിധാതാവ് എന്നുമാണ് അർത്ഥം കൊടുത്തിരിക്കുന്നത്. അതായത് ജലം എന്ന വാക്കിന്റെ അർത്ഥം ജയത്തിന്റെ വിധാതാവ്.

ജീവരാശിയുടെ വിജയത്തിന്റെ വിധാതാവാണ് സൃഷ്ടികർത്താവാണ് ജലം. ജലത്തിന്റെ ജനകീയ ഭാഷയാണ് വെള്ളം. വെള്ളമില്ലാത്ത ഒരു ദിവസം മനുഷ്യർക്ക് സങ്കൽപ്പിക്കുക അസാധ്യമാണ്. ഭൂമിയിലെ മറ്റു ജീവജാലങ്ങൾക്കെല്ലാം വെള്ളമില്ലാതെ അനേക ദിവസം കഴിഞ്ഞു കൂടാൻ സാധിക്കും. എന്നാൽ മനുഷ്യനോ അചിന്ത്യം.

ഇപ്പോൾ ലോകത്ത് ഏറ്റവും കൂടുതൽ ജലമുപയോഗിക്കുന്ന ജനവിഭാഗങ്ങളിൽ ഒന്നാണ് മലയാളി. നമ്മുടെ പൂർവ്വികർ ജലം അത്യാവശ്യത്തിന് മാത്രം ഉപയോഗിച്ചിരുന്നവരായിരുന്നു. ഒരു കിണ്ടിവെള്ളം അതായിരുന്നു ജലോപയോഗത്തിന്റെ അടിസ്ഥാന തത്വശാസ്ത്രം.

വീട്ടിന്റെ വരാന്തയിലെ തൂണിനരികിലെ വലതു വശത്തായി ഒരു കിണ്ടി വെള്ളം വച്ചിരിക്കും. ഒരു കിണ്ടി വെള്ളം ഗൃഹനാഥന് ഉപയോഗിക്കാനും മറ്റേ കിണ്ടി വെള്ളം അതിഥിയ്ക്ക് ഉപയോഗിക്കാനുമായിരുന്നു എന്നതാണ് രണ്ടു കിണ്ടി വെള്ളത്തിന്റെ സാക്ഷ്യപ്പെടുത്തൽ.

വീടിനകത്തു കയറുന്നതിനു മുമ്പേ രണ്ടു കാലിന്റെയും മടമ്പുകളിലേക്ക് വെള്ളമൊഴിച്ച് കാലുശുദ്ധി വരുത്തി (കലി ബാധിക്കാതിരിക്കാൻ വേണ്ടിയാണ് മടമ്പിൽ ആദ്യം വെള്ളം ഒഴിക്കുന്നത്, നളന്റെ കഥ ഓർക്കുക) മുഖം കഴുകി, വായ് കഴുകി അകത്തേക്ക് കയറുന്ന മലയാളി ഒരു കിണ്ടി വെള്ളം കൊണ്ട് അന്ന് സംതൃപ്തനായിരുന്നു.

ഇന്നത്തെ പരിഷ്കൃത സമൂഹത്തിന് പുച്ഛം തോന്നിയേക്കാം. അതേ ഒരു കിണ്ടി വെള്ളമായിരുന്നുവെളിക്കിരിക്കാൻ പോയാൽ(ക്കക്കൂസിൽ പോയാൽ) ഉപയോഗിക്കുന്ന ജലത്തിന്റെഅളവും.

അന്നത്തെ ഒരു കിണ്ടി വെള്ളത്തിന്റെ അളവ് രണ്ടര ലിറ്റർ ആണ്. ആ രണ്ടര ലിറ്റർ ജലോപഭോഗത്തിൽ നിന്ന് ഒരു മലയാളി ഇന്ന് ഉപയോഗിക്കുന്ന ജലത്തിന്റെ അളവ് ഏറെ വ്യത്യസ്തമാണ്. എങ്കിലും ഒരു കിണ്ടിയിൽ നിന്നും മാറി ഒരു ബക്കറ്റ് വെള്ളത്തിലേക്കാണ് നാം എത്തിയിരിക്കുന്നത്.

ഒരു ബക്കറ്റ് വെള്ളം ഉപഭോഗമനുഷ്യന്റെ ആസക്തിയെയാണ്സൂചിപ്പിക്കുന്നത്. ഒരു മീഡിയം ബക്കറ്റിലെ വെള്ളത്തിന്റെ അളവ് പതിനാറു ലിറ്റർ ആണ്. കേരളത്തിലെ ശരാശരി മലയാളി ഉപയോഗിക്കുന്ന ബക്കറ്റ് ഇരുപത് ലിറ്റർ വെള്ളം കൊള്ളുന്ന ബക്കറ്റാണ്. ചുരുക്കത്തിൽ രണ്ടര ലിറ്റർ കിണ്ടിയിൽ നിന്നും ഇരുപതു ലിറ്റർ ബക്കറ്റിലേക്കാണ് ഒരു മലയാളി ജലോപയോഗത്തിൽ വളർന്നിരിക്കുന്നത്.

ബക്കറ്റും ടാപ്പുമാണ് ജലത്തിന്റെ അമിതോപയോഗത്തിന്റെ അളവു കൂട്ടുന്ന കണ്ടുപിടിത്തങ്ങൾ. അതു കൊണ്ടു തന്നെയാണ് ഗാന്ധിജി പറഞ്ഞത് മനുഷ്യന്റെ കണ്ടുപിടിത്തങ്ങളിൽ ഏറ്റവും ദ്രോഹകരമായ ഒന്നാണ് ടാപ്പുകൾ. ജലനശീകരണത്തിന്റെ ആദ്യകണ്ടുപിടിത്തമാണ് ടാപ്പ് എങ്കിൽ ജലസംരക്ഷണത്തിന്റെ ആദ്യോപകരണമാണ് കിണ്ടി.

കിണ്ടി നമ്മുടെ സാംസ്കാരിക പൈതൃകത്തിന്റെ അടയാളമാണ്. അത് മലയാളികളുടെ ജലസംരക്ഷണ ബോധത്തിന്റെ ബിംബമാണ്. കിണ്ടി വെള്ളത്തിലേക്ക് തിരിച്ചു പോവണം എന്നതാവണം പുതിയ കേരള മോഡൽ.

ഓരോ ബെഡ് റൂമിലും കക്കൂസ് പണിയുന്ന മലയാളികളുടെ പുതിയ വാസ്തു ബോധം ഒരു കിണ്ടി വെള്ളത്തെ തകിടം മറിക്കും. ഭക്ഷണത്തിന് മുമ്പും പിമ്പും ടൂത്ത് പേസ്റ്റ് ഉപയോഗിച്ച് പല്ലു തേക്കണമെന്ന നൂതന പരസ്യകേന്ദ്രീകൃത സ്വഭാവശീലം ഇടയ്ക്കിടെ ടാപ്പു തുറക്കുന്നതിലേക്ക് മലയാളിയെ വീണ്ടും വീണ്ടും പ്രേരിപ്പിക്കും.

ഓരോ വീട്ടിലും സന്തോഷത്തിന്റെ താക്കോലായ കാറുകളെ രാവിലെയും വൈകുന്നേരവും കുളിപ്പിക്കുമ്പോൾ കൃഷിക്കു വേണ്ട വെള്ളം കാറിനു വേണ്ടി ഉപയോഗിക്കുമ്പോൾ ഒരു ബക്കറ്റ് വെള്ളത്തിൽ നിന്നും ഒരു ടാങ്ക് (ആയിരം ലിറ്റർ) വെള്ളത്തിലേക്ക് നാം ആനയിക്കപ്പെടും. ഒരു കിണ്ടി വെള്ളം അവസാനം അമ്പലത്തിലെ പൂജാരിക്കു മാത്രമായി പരിമിതപ്പെടും.

ഒരു മിനിട്ട് നേരം സാധാരണ രീതിയിൽ ടാപ്പു തുറന്ന് ജലമുപയോഗിക്കുമ്പോൾ പാഴാക്കപ്പെടുന്ന ജലം പത്ത് ലിറ്റർ ആണ് എന്നത് നമ്മെ അദ്ഭുതപ്പെടുത്തും. എന്നാൽ ഒരു കിണ്ടി വെള്ളമാണ് ഉപയോഗിക്കുന്നതെങ്കിൽ ഒരു കവിൾ ജലം ഉപയോഗിച്ച് ജലോപയോഗത്തിൽ നാം സംതൃപ്തി അടയുന്നു.

ഒരു കവിൾ ജലം എന്നത് പത്ത് മില്ലി ലിറ്റർ ആണ്. നമ്മുടെ പൂർവ്വികർ മൂന്നു പ്രാവശ്യം ജലം ഉപയോഗിച്ചാണ് ജലസംരക്ഷണം സാധ്യമാക്കിയിരുന്നത്. നമ്മുടെ ശാസ്ത്രബോധവും ജ്ഞാനതൃഷ്ണയും അവശ്യവസ്തുവായ ജലത്തിന്റെ കാര്യത്തിൽ അൽപ്പം പോലും ഉപയോഗിക്കപ്പെടുന്നില്ല എന്നതാണ് നിരാശാജനകമായി തോന്നുന്നത്.

ഏറ്റവും ശുദ്ധമായിരിക്കേണ്ടത് ജലമാണ്. പക്ഷെ മനുഷ്യൻ ഏറ്റവും മലിനമാക്കുന്നത് ജലത്തേയാണ്. മനുഷ്യന്റെ വിവരക്കേടിന്റെ പര്യായമാണ് നദീതീരങ്ങളിൽ ഫാക്ടറികൾ സ്ഥാപിച്ചത്. നദികളിലേക്ക് മാലിന്യങ്ങളൊഴുക്കി വിടുന്നത്. സ്രോതസ്സുകളിൽ അലക്കുകയും കുളിക്കുകയും ചെയ്യുന്നത്.

കവി പാടിയതു പോലെ ഒരു മഞ്ഞുതുള്ളിയിൽ ഈ പ്രപഞ്ചം. ഒരു 'കിണ്ടി വെള്ളം' എന്നത് ശുദ്ധജലത്തിന്റെ പ്രതീകമാണ്. മനുഷ്യൻ പിശുക്കനാവേണ്ടത് ജലം ഉപയോഗിക്കുന്ന കാര്യത്തിലാവണം. ജലം ആഡംബരത്തിന്റെ പ്രതീകമായിക്കൂടാ. ആവശ്യ വസ്തുക്കളെ ആഡംബര വസ്തുക്കളായി മാറ്റുന്നതാണ് നശീകരണതത്വശാസ്ത്രം.

ആധുനിക മനുഷ്യന്റെ പല രോഗങ്ങളുടെയും അടിസ്ഥാന കാരണം മലിനമാക്കപ്പെട്ട ജലോപയോഗമാണ്. കുടിവെള്ളത്തിലെ ആർസെനിക്ക് ആണ് അർബുദമുണ്ടാക്കുന്നതും, ത്വക്കിനെ ബാധിക്കുന്ന കെരാറ്റോസിസ് ഉണ്ടാക്കുന്നതും. അലൂമിനിയത്തിന്റെ കൂടിയ അളവാണ് അൽഷിമേഴ്സിനു കാരണമാവുന്നത്.

മനുഷ്യൻ എന്നുമോർക്കുന്നത് ജലത്തേയാണ്. വരൾച്ച വരുമ്പോൾ വെള്ളത്തെയോർക്കും. പേമാരി വരുമ്പോൾ ജലത്തെ ശപിക്കും. ഭാരതീയർക്കു മാത്രമായി ഒരു വാക്കുണ്ടല്ലോ പൂജ. പൂവും ജലവും എന്ന വാക്കുകളിലെ ആദ്യാക്ഷരങ്ങൾ ചേർത്താണ് പൂജ എന്ന വാക്കുണ്ടായത്.

ഉപഭോഗമനുഷ്യൻ ഇനി പൂജിക്കേണ്ടത് ജലത്തെയാണ്. ശുദ്ധജലസ്രോതസ്സുകളെയാണ്. ജലോത്സവങ്ങളിൽ നിന്നു മാറി ജലപൂജയിലേക്കാണ് മനുഷ്യൻ സംക്രമിക്കേണ്ടത്.

നമ്മുടെ പുരാണങ്ങളിൽ മഴപെയ്യിക്കാൻ ഋഷ്യശൃംഗനുണ്ടായിരുന്നു.

അണകെട്ടാൻ കാർത്ത്യവീരാർജ്ജുനനുമുണ്ടായിരുന്നു. ജലത്തെ മലിനപ്പെടുത്താൻ കാളിയനുമുണ്ടായിരുന്നു.

ജലത്തെസംരക്ഷിക്കാൻ വേണ്ടി നദിയെ നാം ദേവിമാരായി കണ്ടു. ഓരോ തുള്ളി ജലവും അമൃതായി കണ്ടു. അമൃതു സംഭരിക്കാനുള്ള ഉപകരണമായി നാം കിണ്ടിയെക്കണ്ടു. ഒരു കിണ്ടി വെള്ളം അമ്മയുടെ മുലപ്പാലായി കരുതി നാം ഉപയോഗിച്ചു.

അമ്മയുടെ മുലപ്പാല് കുടിച്ചു വളർന്നവർ അമ്മയെ സംരക്ഷിക്കും. മുലപ്പാലിൽ ഡിഡിറ്റി കലരുമ്പോൾ ജലഗ്രഹം ജഡഗ്രഹമായി മാറും. ഭൂമിയെജഡഗ്രഹമായി മാറ്റിയ ഒന്നാം പ്രതിയും രണ്ടാം പ്രതിയും പിന്നെ മൂന്നാം പ്രതിയും മനുഷ്യൻ തന്നെയാവും..

അടുക്കളയുടെ സൗന്ദര്യ ശാസ്ത്രം.

ഇരുട്ടു വീഴുന്ന ഒരു സന്ധ്യ കൂടി കടന്നു പോകുമ്പോൾ ഒരു പുതിയ പ്രഭാതം. ഓരോ പ്രഭാതത്തെയും മാനവർ വരവേല്ക്കുന്നത് നമ്മുടെ വീടുകളിൽ വിളക്കു കൊളുത്തിയാണ്. ആദ്യത്തെ വെളിച്ചത്തെ സൃഷ്ടിക്കുന്നത് യഥാർത്ഥത്തിൽ വീട്ടിലെ അടുക്കളയിലാണ്. മനുഷ്യ സംസ്കാരത്തിന്റെ ഉറവിടമാണ് വീട്. വീട് എന്നാൽ വിശുദ്ധമായ ഇടം അഥവാ വിശുദ്ധിയാർന്ന ഈട് എന്നർത്ഥം. നമ്മുടെ വീട്ടിലെ ഏറ്റവും ചലനോന്മുഖമായ മുറി ഏതാണ് എന്നന്വേഷിച്ചാൽ തീർച്ചയായും അടുക്കളയാണ് ഏറ്റവും നല്ല ഉത്തരം. അടുക്കള എന്ന വാക്കിലുണ്ട് അടുക്കും ചിട്ടയും. അടുക്ക്+ അളം എന്ന് നമുക്ക് അതിനെ പിരിച്ചെഴുതാം. അതായത് അടുക്ക് അഥവാ ചിട്ടയുള്ള അളം, അളം എന്നാൽ സ്ഥലം എന്നും പ്രദേശം എന്നും അർത്ഥമുണ്ട്. പഴഞ്ചൊല്ല് തന്നെ നോക്കൂ. ആദ്യം അവനവന്റെ അടുക്കള നന്നാക്കിയാൽ മതി. എത്ര അർത്ഥവത്തായ പ്രയോഗം. വെറുതെയല്ല സാമൂഹ്യ പരിഷ്കർത്താവായ വി.ടി.ഭട്ടതിരിപ്പാട് അടുക്കളയിൽ നിന്നും അരങ്ങത്തേക്ക് എന്ന പ്രയോഗത്തിലൂടെ സ്ത്രീ സമൂഹത്തിന് ഉണർവ്വിന്റെ അമൃതപാനം നൽകിയത്. അടുക്കുക എന്ന പദത്തിൽ നിന്നാണ് അടുക്കള ഉണ്ടായത്. അടുകുക എന്നാൽ വേവിക്കുക, പാകം ചെയ്യുക, കുടിക്കുക, കഴിക്കുകഎന്നൊക്കെ അർത്ഥമുണ്ട്. ഭാരതീയർക്ക് എല്ലാറ്റിനും ദേവൻമാരും ദേവിമാരുമാരുമുണ്ടായിരുന്നു. അടുക്കളയ്ക്ക് മാത്രം ദേവനോ ദേവിയോ ഇല്ല. അഗ്നിദേവൻ യജ്ഞയാഗാദി കർമ്മങ്ങളിലും ദീപം തെളിയിക്കുമ്പോഴും ആരാധിക്കപ്പെട്ടു വരുന്നു. ചൈനക്കാരാണ് ഇക്കാര്യത്തിൽ വേറിട്ട് നിൽക്കുന്നത്. ചൈനക്കാർക്ക് അടുക്കള ദേവനുണ്ട്. ഈ ദേവനെ അവർ അടുപ്പിന്റെ മുകളിലാണ് പ്രതിഷ്ഠിച്ചിരിക്കുന്നത്. വീട്ടുകാര്യങ്ങൾ മുടക്കം കൂടാതെ നടക്കുന്നതിനു വേണ്ടി ചൈനക്കാർ

ഭക്ഷണ സാധനങ്ങൾ നിവേദിച്ച് അടുക്കള ദേവനെ സംപ്രീതനാക്കുന്നു.

അടുക്കളദേവന് അസംതൃപ്തി തോന്നിയാൽ ഭക്ഷണം വളിച്ചു പോവും എന്നാണ് അവരുടെ വിശ്വാസം. നമ്മെ അദ്ഭുതപ്പെടുത്തുന്ന ഒരു മുറിയാണ് അടുക്കള. അടുക്കള വീട്ടിലെ എല്ലാവരും 365 ദിവസം സമ്പർക്കം പുലർത്തുന്ന ഒരേയൊരു മുറിയാണ്. അടുക്കളയിലെ വൃത്തിയാണ് ഒരു വീടിന്റെ വൃത്തിയെ രൂപപ്പെടുത്തുന്നത്. അടുപ്പിൽ തിരിതെളിച്ച് വെളിച്ചത്തെ വരവേറ്റാണ് ഓരോ വീടിന്റെയും അരങ്ങുണരൽ. ശ്രദ്ധിച്ചിട്ടുണ്ടല്ലോ ഉദ്ഘാടന പരിപാടിക്ക് വിളക്ക് കൊളുത്തുന്നത്. യഥാർത്ഥത്തിൽ ഓരോ ദിവസവും വീട്ടിലെ പരിപാടികളുടെ ഉദ്ഘാടനം നിർവഹിക്കുന്നത് അടുപ്പിൽ തീ കൊളുത്തിയാണ് എന്നുള്ളതാണ് പച്ച പരമാർത്ഥം. അടുപ്പ് എന്നതിലുമുണ്ട് ഒരടുപ്പം. അതുകൊണ്ടാണ് നമ്മുടെ പൂർവികർ അഗ്നി മീളേ പുരോഹിതം എന്നു പറഞ്ഞത്. അഗ്നിയാണ് നമ്മെ മുന്നോട്ട് നയിക്കുന്നത് എന്ന് പച്ച മലയാളം. ഇന്നും മലയാളിയുടെ വീടിന്റെ അകപ്പേരുകളിൽ മാറാത്ത ഒന്നാണ് അടുക്കള. പണ്ട് വീടിന്റെ പടിഞ്ഞാറ്റകവും കൊട്ടിലകവും അകത്തിറവും കലവറയും ഒക്കെ നമുക്കുണ്ടായിരുന്നു. പണ്ടത്തെ വീടിന്റെ മുഖം എന്നും കിഴക്കുഭാഗമായതിനാൽ വീടിന്റെ പടിഞ്ഞാറു ഭാഗത്തുള്ള മുറി പടിഞ്ഞാറ്റകം എന്നും അതിന്റെ തൊട്ടടുത്തുള്ള മുറി കൊട്ടിലകം എന്നും വിളിച്ചു. രണ്ടിന്റെയും മുന്നിൽ അകത്ത് നാം ഇറയം ഉണ്ടാക്കി. അതിനെ നാം അകത്തിറയം എന്നും വിളിച്ചു. ഇതിനെയെല്ലാം ബന്ധിപ്പിച്ച് അടുക്കോടെ മറ്റൊരു മുറിയും. അതാണ് അടുക്കള. ഇന്ന് ഭവനരൂപകൽപ്പനയിൽ പേരു കൊണ്ട് മാറാത്തത് അടുക്കള മാത്രമാണ്. അകത്തിറയത്തെ നാംഗറ്റ് ഔട്ട് അടിച്ച് സിറ്റ് ഔട്ടിലേക്ക് ഒതുക്കിയത് കഷ്ടം തന്നെ.

സിന്ധു നദീതട സംസ്കാരത്തിലാണ് ആദ്യമായി മനുഷ്യൻ അടുക്കള ഉണ്ടാക്കിയത്. ഏറ്റവും ചിട്ടയായ അടുക്കള ഉണ്ടാക്കിയത് സിന്ധു നദീതടവാസികളാണ്. വീടുകളിൽ അവർ മുറ്റവും നടുമുറ്റത്ത് ചുറ്റുമായി ഏറ്റവും പ്രാധാന്യത്തോടെ അടുക്കളയും രൂപകൽപ്പന ചെയ്തു. അടുക്കളയ്ക്ക് തൊട്ട് കലവറയും കുളിമുറിയും ഉണ്ടാക്കി. അവർ വീടിന്റെ ഐശ്വര്യവും സംസ്കാരവും അടുക്കളയിൽ നിന്നാണ്ആരംഭിക്കേണ്ടത് എന്ന് ബോധ്യപ്പെടുത്തി. പണ്ട് മുത്തശ്ശിമാർ പറയുമായിരുന്നു. അടുക്കള ഔഷധശാലയാണെന്ന്. അതു കൊണ്ടാണ് അടുക്കളിൽ മഞ്ഞളും, ഇഞ്ചിയും, കുരുമുളകും, കറിവേപ്പിലയും, ഏലവും സ്ഥാ

നം പിടിച്ചിരുന്നത്. നമ്മുടെ ഓരോരുത്തരുടെയും അടുക്കളകൾ ഔഷധശാലകൾ പോലെ മഹത്തരമായി പെരുമാറിയാൽ എല്ലാ മഹാമാരികളെയും ചെറുത്ത് തോൽപ്പിക്കാൻ നമുക്ക് സാധിക്കും. അച്ഛനും, അമ്മയും, ബന്ധുക്കളും,മക്കളും അടുപ്പത്തോടെ ഒന്നിച്ചിരുന്ന് സ്വന്തം അടുക്കളയിൽ നിന്ന് വേവിച്ച് രുചിപ്രദമാകുന്ന ഭക്ഷണം ഔഷധതുല്യമായി ഭുജിക്കുമ്പോൾ അടുക്കള അദ്വിതീയമാകുന്നു.

പ്രപഞ്ചവും പ്രകൃതീശ്വരിയും

ഭാരതീയർ ഓരോ അക്ഷരത്തേയും ഓരോ ദേവതമാരായാണ് കണ്ടിരുന്നത്. അക്ഷരങ്ങൾ ചേരുമ്പോൾ വാക്കുകളുണ്ടാവുന്നു. അത് കൊണ്ടാണ് വാക്കിനെ വാഗ്ദേവതയെന്നു വിളിക്കുന്നത്. ഓരോ വാക്കും ബിംബങ്ങളെയും പ്രതിബിംബങ്ങളേയും സൃഷ്ടിക്കുന്നതും കാണാം. വാക്കുകൾ ഈശ്വരസ്വരൂപമെന്നതു പോലെ തന്നെ അസുരസ്വരൂപമുള്ള വാക്കുകളെയും കാണാം. ഗുണാത്മകവും ഋണാത്മകവുമായ വാക്കുകളിലൂടെ സംസ്കാരത്തെയും സംസ്കാരരാഹിത്യത്തേയും ജനിപ്പിക്കുന്നു.

നമുക്ക് സുപരിചിതമായ പ്രപഞ്ചം എന്ന വാക്കിൽതന്നെ നോക്കൂ. പ്ര എന്നാൽ പ്രസിദ്ധമെന്നും പഞ്ചം എന്നാൽ അഞ്ച് എന്നുമാണ്. പ്രപഞ്ചമെന്നാൽ പ്രസിദ്ധമായ അഞ്ച് എന്നർത്ഥം. ആ പ്രശസ്തമായ അഞ്ച് എന്തൊക്കെയാണ്. ഭാരതീയർ പറയുന്ന അഞ്ച് കാര്യങ്ങൾ പഞ്ചഭൂതങ്ങളാണ്- ആകാശം, വായു, അഗ്നി, ജലം, ഭൂമി.

പ്രപഞ്ചമെന്നാൽ ആകാശവും, വായുവും, അഗ്നിയും, ജലവും ഭൂമിയും ചേർന്നതാണെന്ന് തിരിച്ചറിവുണ്ടാകുമ്പോൾ വാക്കുകൾ യഥാർത്ഥ ജ്ഞാനത്തെ ജനിപ്പിക്കുന്നു. യഥാർത്ഥ ജ്ഞാനമാണ് ഈശ്വരനിലേക്കുള്ള രഥ്യയെന്ന് ശ്രീബുദ്ധനും നമ്മോട് പറയുന്നു.

ഭാരതീയർ പ്രപഞ്ചത്തെ അഞ്ചു കാര്യങ്ങളിലൂടെ മനനം ചെയ്തപ്പോൾ ആധുനിക ശാസ്ത്രം കണ്ടെത്തിയിരിക്കുന്നത് വിചിന്തനം ചെയ്യേണ്ടതാണ്. പ്രപഞ്ചമുണ്ടായത് മഹാവിസ്ഫോടന സിദ്ധാന്തം വഴിയാണ്. അനന്തസാന്ദ്രതയുള്ള ഒരു ആദിമകണമുണ്ടായിരുന്നത്രേ. ആ ആദിമകണത്തിന് അത്യുന്നത ഊഷ്മാവിൽ സംഭവിച്ച മഹാവിസ്ഫോടനമാണത്രേ പ്രപഞ്ച സൃഷ്ടിക്ക് കാരണമായത്. 1940 ൽ ജോർജ്ജ്

ഗാമോവ് ആണ് മഹാവിസ്ഫോടന സിദ്ധാന്തം ആവിഷ്കരിച്ചത്. മഹാവിസ്ഫോടനം എത്ര വലിയ സ്ഫോടനമായിരുന്നുവെന്ന് വ്യക്തമാക്കുന്ന അതി വികാസ സിദ്ധാന്തം 1980 ൽ അവതരിക്കപ്പെട്ടതോടെയാണ് ഭാരതീയരുടെ ഓങ്കാരം എന്ന വാക്കിന്റെ അനന്ത സാധ്യതകളെക്കുറിച്ച് സമകാലിക സമൂഹം വിശ്വാസത്തിലെടുക്കാൻ തുടങ്ങിയത്.

പ്രപഞ്ചം അതിന്റെ ആദ്യ സെക്കന്റിന്റെ ആദ്യ അംശത്തിൽ വിവരാണാതീതമായ ഒരു അതിവികാസത്തിന് വിധേയമായി. ആദിമകണത്തിന്റെ രൂപത്തിൽ പ്രപഞ്ചം നിലവിൽ വന്നു. അപ്പോൾ ആദ്യ സെക്കന്റിന്റെ ലക്ഷം കോടിയിലൊരംശത്തിന്റെ ലക്ഷം കോടിയിലൊരംശം സമയം കൊണ്ട് പ്രപഞ്ചം വികസിച്ചു. അതിവികാസത്തിന്റെ ഫലമായി വെറും ഒരു മിനിറ്റിൽ കുറഞ്ഞ സമയം കൊണ്ട് പ്രപഞ്ചത്തിന്റെ വലിപ്പം കോടിക്കണക്കിനു കിലോമീറ്ററായി. ഇപ്പോഴും പ്രപഞ്ചം വികസിച്ചു കൊണ്ടിരിക്കുന്നു. ഇതാണ് ആധുനിക ശാസ്ത്രം പ്രപഞ്ചത്തെക്കുറിച്ച് ഇരുപത്തിയൊന്നാം നൂറ്റാണ്ടിൽ കണ്ടെത്തി ക്കൊണ്ടിരിക്കുന്നത്.

വളർന്നു വികസിച്ചു കൊണ്ടിരിക്കുന്ന ആദിമകണത്തെ ഭാരതീയർ ബ്രഹ്മാണ്ഡമെന്നു വിളിച്ചു. ബ്ര എന്നാൽ വികസിച്ചു കൊണ്ടിരിക്കുന്ന വലുതായിക്കൊണ്ടിരിക്കുന്ന എന്നൊക്കെയാണർത്ഥം.

പ്രപഞ്ചോൽപത്തിയെക്കുറിച്ച് ഭാരതീയർ ഇങ്ങനെയും ചിന്തിക്കുന്നുണ്ട്. പ്രപഞ്ചത്തിന്റെ ഉദ്പാദനത്തിന് ഹേതുവായി നിൽക്കുന്ന രണ്ടു ഘടകങ്ങളാണ് പ്രകൃതിയും പുരുഷനും. പുരുഷനെന്നാൽ സാക്ഷാൽ പരമാത്മാവ്. പുരുഷനിൽ നിന്നു തന്നെയാണ് സ്ത്രീരൂപിണിയായ പ്രകൃതി രൂപം കൊണ്ടത്. പ്രകൃതിയെക്കുറിച്ച് പറയാൻ വേണ്ടി മാത്രമാണ് വേദപുരാണങ്ങൾ രചിക്കപ്പെട്ടത്.

പ്രകൃതി എന്നാൽ സൃഷ്ടിക്കു മുമ്പുള്ളത് എന്നർത്ഥം. പ്ര= മുമ്പുള്ളത്, കൃതി=സൃഷ്ടി. പ്രകൃതി എന്ന വാക്കിലെ ഓരോ അക്ഷരത്തേയും ഇങ്ങനെയും വ്യാഖ്യാനിക്കുന്നുണ്ട്. പ്ര എന്നാൽ സത്വ ഗുണവും, ര എന്നാൽ രജോ ഗുണവും ത എന്നാൽ തമോ ഗുണവും എന്നാണ് പണ്ഡിതന്മാർ കണ്ടെത്തിയിരിക്കുന്ന അർത്ഥസാഗരം.

പ്രകൃതിയെക്കുറിച്ച് സോമദേവഭട്ടന്റെ കഥാസരിത് സാഗരത്തിൽ കഥാപീഠ ലംബകം രണ്ടാം തരംഗത്തിൽ ഒരു കഥ സൂചിപ്പിക്കുന്നുണ്ട്.

മഹാപ്രളയ കാലം. അനേകം കോടി വർഷങ്ങൾ. പ്രളയകാലത്തിന്റെ അവസാനം ലോകം ജലമയം. ഏകാകിയായ ശിവന് വിരസത, ഏകാന്തത അനുഭവപ്പെട്ടു. ശിവൻ തന്റെ ശൂലമെടുത്തു. തുടയിലേക്ക് ഒരു കുത്ത് കുത്തി. തുട കീറി. ഒരു തുള്ളി ചോര വെള്ളത്തിൽ വീഴ്

ത്തി. ഒരു തുള്ളി മാത്രം.

ജലത്തിൽ പതിച്ച ചോര തുള്ളി അണ്ഡമായി മാറി. ശിവൻ അതെടുത്തു ഭേദിച്ചു. അപ്പോൾ ഒരു പുരുഷനുണ്ടായി. ആ പുരുഷനെ പിതാമഹൻ എന്നു വിളിച്ചു. പുരുഷനു സഹായിയായി ശിവൻ പ്രകൃതിയെയും സൃഷ്ടിച്ചു. പുരുഷനും പ്രകൃതിയും കൂടി പ്രജാപതികളെയും, അവർ പ്രജകളെയും സൃഷ്ടിച്ചു. ആ സമയത്താണ് പുരുഷനായ പിതാമഹന് അഹങ്കാരം വന്നത്. കാരണം താനാണല്ലോ പ്രജകളെയും മറ്റും സൃഷ്ടിച്ചത്. എന്ന അഹം ബോധം പിതാമഹനെ ഉന്മത്തനാക്കി മാറ്റി.

ശിവനതു സഹിച്ചില്ല. അഹങ്കാരിയായ പിതാമഹന്റെ തല ഛേദിച്ചു. സൃഷ്ടിച്ച പരമശിവൻ തന്നെ തന്റെ സ്വന്തം സൃഷ്ടിയായ പിതാമഹനെ വധിക്കേണ്ടി വന്നു. ശിവനതിൽ മനസ്താപമുണ്ടായി. അന്നു മുതൽ ശിവൻ ഒരു വ്രതമെടുത്തു. ഇനി ശ്മശാനത്തിലേ വസിക്കൂ. അങ്ങനെ പ്രകൃതീശ്വരിയെ സംരക്ഷിക്കാൻ വേണ്ടി ശിവൻ ശ്മശാനവാസിയായത്രേ.

ഭാരതീയർ അഹംബോധമില്ലാത്ത സൃഷ്ടിയെ പ്രകൃതി എന്നാണ് വിളിച്ചത്. പ്രകൃതി സ്ത്രീരൂപിണിയാണ്. അതു കൊണ്ടു തന്നെയാണ് പ്രകൃതീശ്വരി എന്നു വിളിക്കാനും തുടങ്ങിയത്. പ്രകൃതി സംരക്ഷണത്തിന്റെ ഭാഗമായാണ് ഓരോ ഗ്രാമത്തിനും ഓരോ ദേവതമാരെ സൃഷ്ടിച്ച് ആരാധിക്കാൻ തുടങ്ങിയത്. പുരുഷമേധാവിത്വത്തിന്റെ അഹംബോധം ഇല്ലാതാക്കാൻ ദേവതാ സങ്കൽപ്പം നമ്മെ സ്വാധീനിക്കുന്നു.

വനത്തെപ്പോലും ദേവതമാരായി കാണാൻ ഭാരതീയരുടെ മനോവൃത്തി പരിപാകമായിരുന്നു. 'വന്' എന്നാൽ ആശ്രയിക്കുക എന്നാണ് അർത്ഥം. മനുഷ്യൻ സർവ്വാത്മനാ ആശ്രയിക്കുന്നത് എന്നാണ് വനമെന്ന പദം കൊണ്ട് അർത്ഥമാക്കുന്നത്. വനത്തിന്റെ സാധാരണാർത്ഥവ്യാപ്തിയിലേക്ക് പോയാൽ അതാണ് പ്രകൃതി എന്ന് കാണാം. മനുഷ്യനും സർവ്വജീവജാലങ്ങൾക്കും ആശ്രയമായിട്ടുള്ളത് പ്രകൃതിയാണ്. അത് സ്ത്രീയാണ്. സ്ത്രീ ഈശ്വരരൂപിണിയാണ്. അതു കൊണ്ടു കു പു ത്രോ ജായതേ; കുമാതാ ന ഭവതി എന്ന പ്രമാണം പ്രസിദ്ധമാണ്. മോശപ്പെട്ട പുത്രന്മാർ ജനിച്ചേക്കാം എന്നാൽ അമ്മമാർ ജനിക്കുകയില്ല.

"പരമാണുക്കൾ അസംഖ്യമാണെങ്കിൽ വേദാന്ത മതപ്രകാരം അവ സൃഷ്ടിക്ക് കാരണമാവുകയില്ല. പിന്നെ ശേഷിക്കുന്നത് പ്രകൃതിയാണ്. അത് ഒന്നേയുള്ളൂവെങ്കിലും പുരുഷനിൽ നിന്ന് ഭിന്നവും സ്വതന്ത്രവുമാണ്." (ഗീതാ രഹസ്യം)

ചാണക്യന്റെ ഗുണവർദ്ധകസിദ്ധാന്തവും ക്ഷേത്ര ദർശനവും

സോമദേവഭട്ടന്റെ കഥാസരിത് സാഗരംഓരോ ഭാരതീയനും വായിക്കേണ്ടതാണ്. ഭാരതീയന്റെ ബൗദ്ധികജ്ഞാനത്തിന്റെ ഘടനാരൂപമാണ് കഥാസരിത് സാഗരം. കഥയെന്നാൽ ബുദ്ധി. സരിത് എന്നാൽ നദി. സാഗരമെന്നാൽ സമുദ്രം. ബുദ്ധി നദിയായൊഴുകി ജ്ഞാനത്തിന്റെ സപ്തസിന്ധുക്കളാകുന്നു കഥാസരിത് സാഗരത്തിൽ.

കഥാസരിത് സാഗരത്തിലാണ് സോമദേവഭട്ടൻ ചാണക്യന്റെ വിവിധ നാമങ്ങളെക്കുറിച്ച് സൂചിപ്പിക്കുന്നത്.

'വിഷ്ണു ഗുപ്തൗ കൗടില്യ-
ശ്ചാണക്യോ ദ്രമിളാംഗുല'

എന്നിങ്ങനെ വിവിധ പേരുകളിൽ അറിയപ്പെടുന്നുണ്ട്. അതായത് വിഷ്ണുഗുപ്തൻ, കൗടില്യൻ, ചാണക്യൻ, ദ്രമിളൻ, അംഗുലൻ എന്നീ അഞ്ചു പേരുകൾ ചാണക്യനുണ്ടത്രേ.

ഭാരതീയ സാമ്പത്തികശാസ്ത്രത്തിന്റെ പ്രണേതാവാണ് ചാണക്യൻ. അതു പോലെ രാഷ്ട്രതന്ത്രത്തിന്റെയും. നിർഭാഗ്യകരമെന്നു പറയട്ടെ ചാണക്യനെ 'ഇന്ത്യൻ മാക്യുവല്ലി' എന്നാണ് ഭാരതീയ ചരിത്രകാരന്മാർ പോലും വിശേഷിപ്പിക്കുന്നത്. ക്രി.മു. നാലാം നൂറ്റാണ്ടിൽ ജീവിച്ച ചാണക്യനെ (ബി.സി 370–283) ഇന്ത്യൻ മാക്യുവെല്ലി എന്നു വിശേഷിപ്പിക്കുന്നതിലെ ബുദ്ധിശൂന്യതയ്ക്ക് മാപ്പ് കൊടുക്കാൻ പറ്റില്ല. കാരണം ഇറ്റലിയിലെ ഫ്ളോറൻസിൽ എ.ഡി.1469 മെയ് 3 ന് ജനിച്ച മാക്യുവെല്ലിയേക്കാളും 1800 വർഷങ്ങൾക്കു മുമ്പാണ് ചാണക്യൻ ജനിച്ചത്. മാക്യുവെല്ലിയെ ഇറ്റാലിയൻ ചാണക്യൻ എന്നായിരുന്നു വിശേഷിപ്പിക്കേണ്ടിയിരുന്നത്. ലോകത്തിന്റെ ചരിത്രം എഴുതിയത് പാശ്ചാത്യ ചിന്തക

രും ചരിത്രകാരന്മാരുമായത് കൊണ്ട് തലതിരിഞ്ഞ ചരിത്രം നാം ഇപ്പോഴും പഠിച്ചു കൊണ്ടിരിക്കുന്നു. ഇവിടെ ചരിത്രം ചാരിത്ര്യഹീനമാവുകയാണ്.

ചാണക്യന് ഭാരതീയ ചരിത്രത്തിൽ മറ്റൊരു സ്ഥാനമുണ്ട്. ദക്ഷിണേന്ത്യയിലെ ഏറ്റവും വലിയ ശില്പമായ ശ്രവണബൽഗോളയിലെ ഗോമടേശ്വര പ്രതിമയുടെ ആശയം അദ്ദേഹത്തിന്റേതാണെന്നു പറയപ്പെടുന്നു.

ക്ഷേത്രത്തിനകത്തു നിന്നും വിഗ്രഹങ്ങളെ ഭക്തജനങ്ങളുടെ നിറസാന്നിധ്യത്തിലേക്ക് കൊണ്ടു വരാനുള്ള ബുദ്ധി ചാണക്യനല്ലാതെ മറ്റാർക്കാണുണ്ടാവുക.

'ദ്രമിളൻ' എന്ന പേര് 'ദ്രാവിഡൻ' എന്ന പേരു ലോപിച്ചാണ് ചാണക്യന് ലഭിച്ചത്.

ചാണക്യനു ശേഷം ക്ഷേത്രകലയിൽ നിന്നും ശില്പകലയെ സാധാരണ ജനമനസ്സിലേക്ക് നഗ്നമായി ആവാഹിച്ചത് വിശ്വശില്പിയായ കാനായി കുഞ്ഞിരാമനാണെന്നത് ആനുഷംഗികമായി ഇവിടെ സൂചിപ്പിക്കട്ടെ.

ചാണക്യന്റെ ദർശനം മഹത്തരമാണ്. സമൂഹത്തിലെ ഓരോ തുടിപ്പും മന:ശാസ്ത്രപരമായി വിശകലനം ചെയ്ത ഒരു സാമൂഹ്യ ശാസ്ത്രജ്ഞനാണ് ചാണക്യൻ. ക്ഷേത്രങ്ങൾ സമ്പത്തിന്റെ കേന്ദ്രീകൃത രൂപമാവരുതെന്നും സാംസ്കാരിക സമന്വയത്തിന്റെ വേദിയാവണമെന്നും അർത്ഥശാസ്ത്രത്തിൽ സൂചനകളുണ്ട്.

ചാണക്യനെന്ന സാമൂഹ്യ മനശാസ്ത്രജ്ഞനിലെ സൂക്ഷ്മനിരീക്ഷണത്തിന്റെ ഒരു ഉദാഹരണം നോക്കൂ.

ഇക്ഷു ദണ്ഡാസ്തിലാ; ക്ഷുദ്രാ:
കാന്താ ഹേമ ച മേദിനി
ചന്ദനം ദധി താംബൂലം
മർദ്ദനം ഗുണവർദ്ധനം

'കരിമ്പ്, എള്ള്, ബുദ്ധിശൂന്യത, സ്ത്രീ, സ്വർണ്ണം, ഭൂമി, ചന്ദനം,തൈര്, താംബൂലം തുടങ്ങിയ വസ്തുക്കളിൽ നിന്ന് കൂടുതൽ ഗുണം കിട്ടാൻ വേണ്ടി നാം അവയെ വീണ്ടും വീണ്ടും തിരുമ്മിയോ മർദ്ദിച്ചോ ഉപയോഗിക്കേണ്ടതാണ്'.

ചാണക്യന്റെ ബുദ്ധിവൈഭവം അപാരമാണ്. നമ്മുടെ ജീവിതവുമായി ബന്ധപ്പെട്ടതാണ് മേൽപ്പറഞ്ഞവയെല്ലാം തന്നെ. കരിമ്പ് ആട്ടിയാണ് പഞ്ചസാര ലഭിക്കുക. അതായത് കരിമ്പിൽ മർദ്ദനം ചെയ്യേണ്ടി വ

രുന്നു. ഇനി എള്ളിന്റെ കാര്യം എള്ള് ആട്ടിയാണ് എള്ളെണ്ണ ലഭിക്കുന്നത്.

ബുദ്ധിശൂന്യതയുള്ളവനെ വീണ്ടും വീണ്ടും പഠിപ്പിക്കുമ്പോൾ അതായത് ജ്ഞാനത്തിന്റെ മർദ്ദനമേൽക്കുമ്പോൾ ബുദ്ധിയുള്ളവനായി മാറുന്നു. ഭാര്യയുമായി എല്ലാ കാര്യങ്ങളിലും അനേക തവണ ചർച്ച ചെയ്തു തീരുമാനമെടുക്കുമ്പോൾ ഉത്തമകുടുംബം സൃഷ്ടിക്കപ്പെടുന്നു.

ഭൂമിയെ മർദ്ദിക്കുക എന്നാൽ കർഷകൻ ഭൂമിയിലെ കൃഷിക്കു വേണ്ടി കിളച്ചു പാകമാക്കുക എന്നതാണ്. അതും ഒരു തരം മർദ്ദനമാണ്. ചന്ദനമരം അരക്കുമ്പോഴാണ് ചന്ദനയുരുള ലഭിക്കുന്നത്. തൈരിനെ മർദ്ദിക്കുമ്പോൾ വെണ്ണയും വെണ്ണയെ മർദ്ദിക്കുമ്പോൾ നെയ്യും ലഭിക്കുന്നു.

സ്വർണ്ണത്തെ മർദ്ദിക്കുമ്പോൾ കാന്തി കൂടുന്നു.

താംബൂലം ചവയ്ച്ചരക്കുന്തോറും അതിന്റെ രുചിയും ശക്തിയും വർദ്ധിക്കുന്നു. ചുരുക്കത്തിൽ മർദ്ദനം എന്നത് ഗുണവർദ്ധനയായി മാറുന്നു.

മേൽപ്പറഞ്ഞ ഉദാഹരണങ്ങൾ ക്ഷേത്ര ദർശനവുമായി നമുക്ക് ബന്ധിപ്പിക്കാവുന്നതാണ്. നല്ല മനസ്സോടെ നിത്യവും ക്ഷേത്രദർശനവും നടത്തുമ്പോൾ നാം കരിമ്പ് ആട്ടിയാലുള്ള അവസ്ഥയിലേക്ക് എത്തുന്നു. ചന്ദനം അരച്ചാലുള്ള സുഗന്ധജീവിതത്തിലേക്ക് എത്തുന്നു. ക്ഷേത്രങ്ങൾ ജീവിതപ്രാരബ്ധങ്ങളെ ഏറ്റു വാങ്ങുന്ന സാംസ്കാരിക ദർശന കേന്ദ്രമാണ്. ഓരോ ഉത്സവങ്ങളും ഭക്തരുടെ മനസ്സിൽ ഈശ്വരകടാക്ഷത്തിന്റെ ഓരോ പടികയറ്റമാണ്. വിശുദ്ധിയുടെ പടി.

'രം' എന്ന അഗ്നിബീജമുച്ചരിച്ചു കൊണ്ട് പൂജാദികൾക്കുള്ള വിളക്കുകൾ ജ്വലിപ്പിക്കാൻ കഴിഞ്ഞ ഒരാളെ കണ്ടതായി തന്ത്രശാസ്ത്രത്തെ സംബന്ധിച്ച് ആധികാരിക ഗ്രന്ഥം രചിച്ച സർ ജോൺ വുഡ്റോഫ് പറയുന്നുണ്ട്.

വീട്

പ്രശസ്ത ചൈനീസ് ചിന്തകനായ ലാവോത്സെ പറയുന്നുണ്ട് 'നാം വീട് പണിയുമ്പോൾ ചുമരും വാതിലും ജനലും പണിയും. എന്നാൽ വീടിനെ വാസയോഗ്യമാക്കുന്നത് അതിനുള്ളിലെ ഒഴിഞ്ഞ ഇടങ്ങളാണ്. വീട്.. ഒരോ മനുഷ്യന്റെയും സുന്ദര സ്വപ്നമാണ്. ജന്മാഭിലാഷമാണ്. വീട് എന്ന വാക്ക് തന്നെ നോക്കൂ. വിശുദ്ധമായ ഈട് എന്ന് അതിനെ വ്യഖ്യാനിക്കാം. ഈട് എന്നാൽ വസ്തു അഥവാ ധനം എന്നൊക്കെ പ റയാം. മറ്റൊരർത്ഥത്തിൽ പറഞ്ഞാൽ വീട് എന്നാൽ വിശുദ്ധമായ ഇ ടം.

ഏതൊരു മനുഷ്യന്റേയും ആശ്വാസകേന്ദ്രവും അഭയകേന്ദ്രവുമാണ് വീട്. വീട് വലുതാവുമ്പോൾ അതിനെ കൊട്ടാരമെന്നും മാളികയെന്നും പറയും. കോട്ടയുടെ വലിപ്പമുള്ളതു കൊണ്ട് കൊട്ടാരമായി. മാളികയി ലും കാണാം ഒരു മാളത്തിന്റെ ഒളിഞ്ഞു കിടപ്പ്. വീട് ചെറുതാകുമ്പോൾ അതിനെ കുടിൽ എന്നു വിളിച്ചു. തീരെ ചെറുതായാൽ ചെറ്റപ്പുരയുമാ യി. ഇതൊക്കെക്കൊണ്ടാണ് നാം താമസിക്കുന്ന സ്ഥലത്തെ മാളിക യെന്നും, കൊട്ടാരമെന്നും, കുടിലെന്നും, ചെറ്റപ്പുരയെന്നും, മാടങ്ങളെ ന്നും വിളിക്കാതെ എല്ലാവരും പൊതുവായി വീട് എന്ന് വിളിക്കുന്നത്. വീടിനെ നാം പൊതുവെ പറയുന്ന മറ്റൊരു പേരുണ്ട്. ഭവനം. ഭവനം എന്നാൽ പ്രകൃതി എന്നും അർത്ഥമുണ്ട്. അതു കൊണ്ടു തന്നെ നമു ക്ക് മനസ്സിലാക്കാം വീട് പ്രകൃതിയുമായി പൊരുത്തപ്പെടുന്നതാവണം.

ഏറ്റവും ഭംഗിയായി സൂക്ഷിക്കേണ്ട നിർമ്മിതിയാണ് വീട്. വീട് ചെ റുതോ വലുതോ എന്നതല്ല മാഹാത്മ്യം. ഏറ്റവും പഴക്കമേറും തോറും ഏറ്റവും വൃത്തി വർദ്ധിക്കുന്നതാണ് വീടിന്റെ മാഹാത്മ്യം. ഒരു വീട്ടിന കത്തേക്ക് കയറുമ്പോൾ മാറാല ഇല്ലാത്ത, പൊടിപടലങ്ങളില്ലാത്ത, അ നാവശ്യ സാധനങ്ങൾ കൊണ്ട് അലങ്കരിക്കാത്ത വിശുദ്ധമായ ഇടങ്ങൾ

കാൺകേ നമ്മുടെ മനസ്സിനും സന്തോഷം നൽകുമ്പോൾ അതാണ് യഥാർത്ഥഭവനം. വീട് തന്നെ ഒരു ക്ഷേത്രമായി മാറണം. അല്ലാതെ പൂജാമുറി മാത്രം അടുക്കും ചിട്ടയുമുള്ളത് ബാക്കിയെല്ലാം അലങ്കോലമായി കിടക്കുന്ന വീട് ഒരരക്ഷിതാവസ്ഥയുടെ ലക്ഷണമാണ്.

നമുക്കാവശ്യമുള്ള സാധനങ്ങൾ മാത്രമേ വീടിനകത്തു പാടുള്ളു എന്ന് തീരുമാനിക്കേണ്ടത് കുടുംബാംഗങ്ങളാണ്. അനാവശ്യമായ അലങ്കാര വസ്തുക്കൾ പൊടിപടലങ്ങളുടേയും മാറാലകളുടേയും കേന്ദ്രമായി മാറും. വീടിനകത്ത് ഒത്തിരി സാധനങ്ങൾ വേണ്ട ഇത്തിരി സാധനങ്ങൾ മതി എന്ന് തീരുമാനിക്കുക.

കരയിൽ നിന്നും നോക്കുമ്പോൾ വിശാലമായ കടലിനെ ഇഷ്ടപ്പെടുന്നത് ആ മനോഹരമായ ശൂന്യതയാണ്. നാം ആകാശത്തേക്ക് നോക്കുമ്പോൾ അതിന്റെ ഒഴിഞ്ഞ ഇടമാണ് നമ്മെ ആകർഷിക്കുന്നത്. ആകാശത്തിൽ ഒരു സൂര്യനും ചന്ദ്രനും മാത്രം. അതേപോലെ വീടിനകത്തെ ചുമരിൽ ആവശ്യമുള്ളത് മാത്രം പ്രതിഷ്ഠിക്കുക.

പൂജാമുറിയിൽ കത്തിത്തീർന്ന തിരികളുടെ അവശിഷ്ട പ്രളയം. എണ്ണകളുടെ ഒലിച്ചിറങ്ങിയ ക്ളാവു പിടിച്ച പ്രദേശം. കത്തിയ ചന്ദനത്തിരിയുടെ അവശിഷ്ടങ്ങളും. ഒരു വിഷു തൊട്ട് അടുത്ത വിഷു വരെ വൃത്തിയാക്കാതെ കിടക്കുന്ന അവിടെ നിന്നും വീർപ്പുമുട്ടുന്ന നിരവധി ദേവീദേവന്മാരുടെ ചിത്രക്കൂട്ടങ്ങൾ. ഇതാണോ നമ്മുടെ പൂജാമുറിയെങ്കിൽ അവിടെ ഒരു ദേവാംശവും കുടിയിരിക്കില്ല.

വീട് വൃത്തിയാക്കേണ്ടത് സ്ത്രീകളുടെ മാത്രം കടമയാണെന്ന് ചിന്തിക്കരുത്. വീട്ടിലെ ഓരോ അംഗവും വൃത്തിയുടെ രാജാക്കന്മാരായി മാറണം. പരിശുദ്ധിയുടെ നിറം വെളുപ്പാണല്ലോ. വെളുത്ത നിറമുള്ള് വീടുകൾ കാണാൻ എന്തു രസമാണ്. കൂടുതൽ വെളിച്ചം. വെളുത്ത നിറമുള്ള വീടുകൾ കാണുമ്പോൾ അത് ഗെയ്ഥേ പറഞ്ഞതു പോലെ വെളിച്ചം കൂടുതൽ വെളിച്ചം നമ്മളിൽ സൃഷ്ടിക്കുന്നു.

ആഡംബരത്തിന്റെ പ്രതീകമാവരുത് വീട്. ആവശ്യത്തിന്റെ നിറകുടമാവണം അത്. പണ്ട് ഋഷിമാർ പണിതത് പർണ്ണകുടീരങ്ങളാണ്. പർണ്ണകുടീരങ്ങളിൽ നിന്നും സാധാരണ മനുഷ്യർ ഏറുമാടങ്ങളിലേക്ക് സുരക്ഷിതത്വത്തിന്റെ കേന്ദ്രങ്ങളായി വീടിനെ കണ്ടു. കൃഷി ചെയ്യാൻ തുടങ്ങിയ മാനവർ നദിയുടെ തീരങ്ങളിൽ വാസസ്ഥലങ്ങളുണ്ടാക്കി. പ്രകൃതിയിലെ വസ്തുക്കൾ മാത്രം ഉപയോഗിച്ചു പണിതതു കൊണ്ടു വീടിനെ അവർ ഭവനം അഥവാ പ്രകൃതി എന്നു തന്നെ വിളിച്ചു. ഭവനത്തെ ധനമായി കണ്ടതു കൊണ്ട് വിശുദ്ധമായ ഈട് എന്ന് വിളിച്ചു..

അത് വീടായി മാറി.

യഥാർത്ഥത്തിൽ വീട് ജീവനുള്ളതാണ്. നാം ഉണരുമ്പോൾ വീട് ഉണരുന്നു. നാം ചിരിക്കുമ്പോൾ വീടാണ് ചിരിക്കുന്നത്. നാം ഉറങ്ങുമ്പോൾ വീടും ഉറങ്ങുന്നു. വീടുകളിലെ സ്നേഹാന്തരീക്ഷം അയൽവീടുകളിലേക്കും പകർന്ന് മാതൃകയാവുന്നതു കാണാം. വീടുകളിൽ മനുഷ്യർ പക്ഷിമൃഗാദികളെ പോലെ സ്വാർത്ഥനല്ലാതാവുമ്പോൾ അത് കൂടായി മാറുന്നു. അപ്പോഴാണ് വീട് യഥാർത്ഥത്തിൽ സ്നേഹക്കൂടായി മാറുന്നത്. കൊക്കുരുമ്മിയും ചിറകു വിരിച്ചും തൊട്ടുരുമ്മിയും മനുഷ്യൻ വീടുകളിൽ കഴിയുമ്പോൾ വിശുദ്ധ ഇടങ്ങളാവുന്നു ഓരോ വീടും. ജിദ്ദു കൃഷ്ണമൂർത്തി പറഞ്ഞതു പോലെ എല്ലാ ഉപാധികളിൽ നിന്നും മോചനം നേടുന്ന അഭയകേന്ദ്രമാണ് വീട്.

അം അ = അമ്മ

ഒരു കുഞ്ഞ് ആദ്യം ഉച്ചരിക്കുന്ന ശബ്ദമാണ് അമ്മ. പിറന്നു വീണ കുഞ്ഞിന് അമ്മ മുലയൂട്ടുന്ന മുഹൂർത്തമാണ് ഏറ്റവും സുന്ദരമായത്. അമ്മയും കുഞ്ഞും അനുഭവിക്കുന്ന ആ സുകൃതമുഹൂർത്തം വർണ്ണനാതീതം. കുഞ്ഞ് തനിക്ക് ലഭിക്കുന്ന ജീവാമൃതം വലിച്ചു കുടിക്കുമ്പോൾ തന്റെ വായ അടയുന്ന സമയം അം എന്ന ശബ്ദമുണ്ടാകുന്നു. മുലപ്പാൽ ലഭിച്ചപ്പോഴുള്ള അനുഭൂതി നിശ്വാസമായി പുറത്തേക്ക് വിടുന്ന ശബ്ദം അതാണ് അ. അങ്ങനെ അം അ ,അം അ, അം അ എന്നീ രണ്ടു ശബദ്ങ്ങൾ യോജിച്ചപ്പോൾ അമ്മ എന്ന വാക്കുണ്ടായി. അത് ലോകത്തിലെ ആദ്യ വാക്കായി മാറി. ലോകത്തിലെ എല്ലാ മനുഷ്യരും അർത്ഥവ്യത്യാസമില്ലാതെ ഉച്ചരിക്കുന്ന ഒരേ ഒരു വാക്കാണ് അമ്മ. നമ്മുടെ മാതൃഭാഷയായ മലയാളത്തിൽ എല്ലാ വിഭാഗം ജനങ്ങളും 'അമ്മ' എന്ന പദപ്രയോഗത്തിലൂടെ ആത്മനിർവൃതി നേടുന്നു. ചില പ്രാദേശിക വ്യതിയാനങ്ങളുണ്ട്. മുസ്ളീം വിഭാഗം അമ്മയെ ഉമ്മ എന്നും ഉമ്മച്ചി എന്നും വിളിക്കുന്നു. തെക്കൻ കേരളത്തിൽ ക്രിസ്ത്യൻ വിഭാഗങ്ങൾക്കിടയിൽ അമ്മച്ചി എന്ന പ്രയോഗം കൂടുതലായുണ്ട്.

തെക്കൻ തിരുവിതാംകൂറിൽ എല്ലാവർക്കും അമ്മ അമ്മച്ചിയാണ്. അമ്മയെ നിന്ദിക്കാനുപയോഗിക്കുന്ന പദമാണ്തള്ള. മമ്മി എന്ന ഇംഗ്ലീഷ് വാക്ക് യൂറോ-അമേരിക്കൻ-ഓസ്ട്രേലിയൻ പദമാണ്. മം യൂറോ-അമേരിക്കൻ പദമാണ്. മമ്മി യൂറോപ്യനും. മാമ ചൈനീസ് വാക്ക്. വടക്കേ ഇന്ത്യക്കാർക്ക് അമ്മ മാം ആണ്. അമ്മയെ പ്രകീർത്തിച്ചു കൊണ്ട് അലക്സി പെഷ്കോവ് എന്ന മാക്സിം ഗോർക്കി അമ്മ എന്ന മഹത്തായ കൃതിയെഴുതുകയുണ്ടായി. ആരെ മറന്നാലും അമ്മയെ മറക്കില്ല. രണ്ടുവീടുകളും പതിനാലു ലക്ഷത്തിന്റെ കാറും ഒരു ലക്ഷത്തിന്റെ

ഫോണുമുപയോഗിക്കുന്ന മകനെക്കുറിച്ച് കൂലിപ്പണിക്കാരിയായ സഹോദരി പറഞ്ഞത് ഓർക്കുന്നു. മകനെ പഠിപ്പിച്ച് സർക്കാരുദ്യോഗസ്ഥനാക്കിയപ്പോൾ കൂലിപ്പണിക്കാരിയായ സഹോദരിയേയും, അമ്മയേയും മറന്നു.അമ്മയ്ക്ക് വേണ്ടി എന്തെങ്കിലും തരണം എന്ന് തിരിഞ്ഞു നോക്കാത്ത ഉദ്യോഗസ്ഥനായ മകനോട് ചേച്ചി ചോദിച്ചപ്പോൾ അമ്മയെ നോക്കാൻ എന്താണിത്ര ചിലവ് എന്നാണ് തിരിച്ചു ചോദിച്ചതത്രേ. 'മാതൃദേവോ ഭവ:' എന്ന ഭാരതീയ സൂക്തം അപ്രസക്തമാവുന്ന ഇത്തരം കഥകൾ ഒറ്റപ്പെട്ടതാവട്ടെ,എല്ലാവരിലും നന്മ വളരട്ടെ എന്ന് നമ്മെ പഠിപ്പിക്കുന്നത് അമ്മ തന്നെയാണ്.

ഗുണാത്മക ചിന്തകളിലേക്ക് നയിക്കുന്ന പ്രതിഭാസമാണ് മാതാവ്. അമ്മയുടെ നിഷ്കപടവും പ്രതികാരമില്ലാത്തതുമായ ഹൃദയമാണ് ലോകത്തെ നയിക്കുന്നത്. മാതൃസ്നേഹത്തിന്റെ ഉദാത്തമായ കഥ നിരവധിയുണ്ട്. ഒളിമ്പിക്സിന്റെ ജന്മഭൂമിയായ ഏഥൻസിലെ കഥ പ്രഖ്യാതമാണ്. ഏഥൻസിൽ ഒരു അമ്മയും മകനുമുണ്ടായിരുന്നു. അമ്മയ്ക്ക് മകനെന്നു വച്ചാൽ ജീവന്റെ ജീവൻ, മകന് അമ്മ ഒരു ദേവ പ്രപഞ്ചം. മകൻ വളരുകയാണ്, യൗവനത്തിലേക്ക്. അമ്മ തളരുകയാണ് ചുളിവുകളുടെ വാർദ്ധക്യത്തിലേക്ക്.

മകനും അമ്മയും ചേർന്ന മാതൃകാ ജീവിതംഗ്രാമത്തിലെ സുകൃത മാതൃകയായി നാട്ടുകാർ കണ്ടു. അമ്മയും മകനുമായാൽ ഇങ്ങനെയാവണമെന്ന് നാട്ടുകാർ പ്രകീർത്തിച്ചു. ചിലർക്ക് അസൂയ മറ്റുള്ളവർക്ക് ആരാധന. മകന് പതിനെട്ട് വയസ്സ്. ഉപരിപഠനാർത്ഥം ഗ്രാമത്തിൽ നിന്നും ഇടവഴികൾ താണ്ടി ദൂരെ പോവേണ്ടി വന്നു. ഇടവഴി പിരിയുന്നിടത്തായി മകൻ പലദിവസങ്ങളായി.. ഒരു സുന്ദരിയെ കാണുന്നു. ആദ്യം അവളെ ശ്രദ്ധിച്ചില്ല. എപ്പോഴോ ഒരിക്കൽ അവളിൽ അവന്റെ ഹൃദയം തറച്ചു. പ്രണയാരംഭം. ഒരു ദിവസം അവൻ അവളോട് ആ ചോദ്യം ചോദിച്ചു. 'നിന്നെ എനിക്കിഷ്ടമാണ്. ജീവിതസഖിയാക്കാൻ ആഗ്രഹമുണ്ട്.' മറുപടി കിട്ടിയില്ല. അനേക ദിവസങ്ങൾക്ക് ശേഷം അതേ ഇടവഴിയിൽ വീണ്ടും ചോദിച്ചപ്പോൾ തന്റേടിയായ ആ പെൺകുട്ടി പറഞ്ഞു. 'താങ്കളെക്കുറിച്ച് ഞാൻ കേട്ടിട്ടുണ്ട്. താങ്കളുടെ ഹൃദയത്തിൽ നിറയെ അമ്മ മാത്രമാണ്. അവിടെ എനിക്കെന്തു സ്ഥാനം'.

മകൻ പറഞ്ഞു. 'അത് പഴയകാര്യം. ഇപ്പോൾ എന്റെ ഹൃദയം നിറയെ നീ മാത്രം. നീ മാത്രം. നിനക്കു വേണ്ടി ഞാനെന്തും ചെയ്യും. എന്തും തരാം'.

ആ പെൺകുട്ടി ചോദിച്ചത്. 'എനിക്ക് വേണ്ടത് താങ്കളുടെ അമ്മയുടെ ഹൃദയമാണ്. ഹൃദയം കൊണ്ടു വന്നാൽ ഞാൻ അങ്ങയെ വിവാ

ഹം കഴിക്കാം'.

മകൻ ഒറ്റ ഓട്ടമാണ്. വീട്ടിലേക്ക് അമ്മയുടെ അടുത്തെത്തി. അമ്മ അടുക്കളയിൽ കത്തികൊണ്ട് എന്തോ മുറിക്കുകയായിരുന്നു. കിതച്ചെത്തിയ മകൻ അമ്മയുടെ കയ്യിൽ നിന്നും കത്തിപിടിച്ചെടുത്തു. ഒരു ഭ്രാന്തനെ പോലെ തനിക്കു ജീവാമൃതം നൽകിയ മാറിൽ . ഹാ..എന്തൊരു ക്രൂരത. ഇറച്ചിവെട്ടുകാരനെപ്പോലെ ഹൃദയം മാന്തിയെടുത്തു. വീണ്ടും ഓടുകയാണ്. പ്രിയതമയ്ക്ക് ഹൃദയം നൽകാൻ. വഴിയിൽ ഒരു മരമുണ്ടായിരുന്നു. മരത്തിന്റെ വേരിൽ തട്ടി ദൂരെ തെറിച്ചു വീണു. കൈയിലെ ഹൃദയം തെറിച്ച് ചരൽ മണ്ണിൽ വീണു. അവന്റെ കാൽമുട്ട് പൊട്ടിച്ചിതറി ചോര കുമുകുമാ ഒഴുകുന്നു. ഇതൊന്നുമറിയാതെ അവന്റെ കൈയ്യിൽ നിന്നും തെറിച്ചു വീണ അമ്മയുടെ ഹൃദയം മെല്ലെ ശബ്ദിച്ചു വേദനയോടെ.

“മോനേ, എന്റെ മോനേ നിന്റെ കാൽമുട്ടുകൾ പൊട്ടിച്ചിതറിപ്പോയല്ലോ. കാലിന്റെ നഖം തെറിച്ച് ഒരു ഇറച്ചിക്കഷ്ണം പോലെയായി. ചോര നിൽക്കുന്നില്ല. പാവം മോന് വേദന സഹിക്കാൻ പറ്റില്ല. മരുന്നു വച്ചു തരാൻ അമ്മയ്ക്കാവില്ല. ഇത്തിരി വെള്ളം തരാനുമാവില്ല. മോനു വേണ്ടി അമ്മ പ്രാർത്ഥിക്കാം. പ്രാർത്ഥിക്കാം.” ആ ശബ്ദം ഇടർച്ചയോടെ നിന്നു. ഏഥൻസിലെ വളർന്നു വരുന്ന യുവതീയുവാക്കൾക്ക് ഈ കഥ പറഞ്ഞു കൊടുക്കും എന്നിട്ട് താക്കീതായി പറയും.

'ഒരു പെണ്ണിന്റെ വാക്കു കേട്ട് സ്വന്തംഅമ്മയെക്കൊന്ന വൃത്തി കെട്ട ആണാകാനാണോ നീ വളരുന്നതെങ്കിൽ. അത്തരമൊരു മകനെ എനിക്കു വേണ്ട' എന്ന് ആൺകുട്ടികളോടും 'അമ്മയെ കൊല്ലാൻ വേണ്ടി ആജ്ഞാപിക്കുന്ന സ്വാർത്ഥമതിയായ ഒരു പെണ്ണാകാനാണോ നീ വളരുന്നതെങ്കിൽ അത്തരമൊരു പുത്രിയെ ആഗ്രഹിക്കുന്നില്ല'എന്നും എല്ലാവരും അമ്മയെപ്പോമല സ്നേഹവതിയായി വളരുക എന്നും പറഞ്ഞു കൊടുക്കും ഗ്രീക്കുകാർ.

ഭാരതീയ പുരാണം പറയുന്നുണ്ട് കു പുത്രോ ജായതേ കു മാതാ ന ഭവതി. വൃത്തികെട്ട പുത്രന്മാർ ജനിച്ചേക്കാം, പക്ഷേ വൃത്തി കെട്ട അമ്മ ഒരിക്കലുമുണ്ടാവില്ല. മാതൃദേവോ ഭവ: അമ്മയല്ലാതെ വേറൊരു ദൈവമുണ്ടോ. അമ്മയെ നോക്കാൻ എന്താണിത്ര ചിലവ് എന്ന് ചോദിക്കല്ലേ മക്കളേ .

മണ്ണുണ്ടായത്

എങ്ങനെയാണ് അത് മറക്കുക കുട്ടിക്കാലം. മഴവെള്ളം പോലെ ഒരു കുട്ടിക്കാലം എന്ന് കൈതപ്രം നമുക്കായി പാടി. വർഷകാലത്തെ ഈർപ്പം മണ്ണിനെ കൂടുതൽ തരളിതമാക്കുന്നു. വീട്ടുപറമ്പിലെ ഈർപ്പത്തിൽ മഴയൊന്ന് വഴി മാറുമ്പോൾ മണ്ണിൽ ചെറു ചെറു രോമാഞ്ചം. അത് മണ്ണിരയുടെ വിസർജ്ജ്യമാണെന്ന് കർഷകർ പറഞ്ഞു തരുന്നു. ഫലഭൂയിഷ്ഠമായ മണ്ണിന്റെ ലക്ഷണമാണ് തടിച്ച ഇലക്ട്രിക്ക് വയറുകൾ പോലെയുള്ള മണ്ണിരയുടെ വാസഭൂമി.

ആ മണ്ണിരയെ ഇഷ്ടപ്പെടാൻ കാരണം അത് മണ്ണിന്റെ രോമാഞ്ചമാണെന്ന് കർഷകർ പറഞ്ഞപ്പോഴാണ്. പിന്നീട് ആ മണ്ണിരയെ കിളച്ചെടുത്ത് ചിരട്ടയിൽ നിറച്ച് മീൻ പിടിക്കാനുള്ള ഉപാധിയാക്കി മാറ്റുമ്പോഴും മണ്ണും മണ്ണിരയും മനസ്സിലെ ആരാധനാ ബിംബമായി മാറി. മണ്ണിരയാണ് മണ്ണുണ്ടാക്കുന്നതെന്നും മണ്ണുള്ളതു കൊണ്ടാണ് മണ്ണിരയുണ്ടായതെന്നും ആരോ പറഞ്ഞു തന്നു.

മണ്ണിരകൾ കലപ്പയ്ക്ക് മാപ്പ് കൊടുക്കട്ടെയെന്ന് കർഷകർ പറയുന്നത് പാഠപുസ്തകത്തിലൂടെ പഠിച്ചു. ആറ്റം ബോംബ് ഒരു നാഗരികതയെ നശിപ്പിക്കും. എന്നാൽ മണ്ണൊലിപ്പ് നശിപ്പിക്കുക ഒരു നാഗരികതയുടെ മാതൃത്വത്തെയാണ് എന്ന് ആൽഡസ് ഹക്സിലി പറഞ്ഞപ്പോഴും മണ്ണും മണ്ണിരയും മണ്ണൊലിപ്പും മനസ്സിലെത്തി.മണ്ണിനെക്കുറിച്ച് എല്ലാവരും പഠിക്കേണ്ടേ. മണ്ണിനെക്കുറിച്ച് പഠിക്കുന്ന ശാസ്ത്രശാഖ പെഡോളജി ആണെന്നറിയാം.

അപ്പോൾ മണ്ണ് എങ്ങനെയുണ്ടായി. വയനാട്ടിലെ ആദിവാസികളായ കുറിച്യരുടെ രസകരമായ ഒരു കഥയുണ്ട്. കുറിച്യരുടെ ദൈവമാണ് മലക്കാരി. ദേവലോകത്തിലെ സുഖസുന്ദരമായ ജീവിതത്തിന്റെ ആവർ

ത്തന വിരസത മലക്കാരിയെ വല്ലാതെ മടുപ്പിച്ചു. എല്ലാ ദിവസവും ഒരു പോലെ. സുഖം സുഖം സുഖം മാത്രം. ഇത്ര മടുപ്പാണോ സുഖത്തിന്റെ ആവർത്തനം.

മലക്കാരി ദേവലോകം ഉപേക്ഷിക്കാൻ തീരുമാനിച്ചു. ഭൂമിയിലേക്ക് ഇറങ്ങിവരാൻ മനസ്സ് തുടിച്ചു. സ്വർഗ്ഗത്തിന്റെ അധിപനായ ദൈവത്തോട് അനുവാദം വാങ്ങി. പതിനാലു ചക്രങ്ങളുള്ള തേരിൽ കീഴുലകത്തിലേക്ക് തിരിച്ചു. ഭൂമിയിൽ ഇറങ്ങാൻ പറ്റുന്നില്ല.

'സർവ്വത്ര ജലം ജലമയം .ഒരു തരി മണ്ണുപോലുമില്ല. ജലോപരിതലത്തിൽ എങ്ങനെയാ തേരിറങ്ങുക'. മലക്കാരി നിരാശയായി. തിരിച്ചു പോവുകയേ നിവൃത്തിയുള്ളൂ. സങ്കടത്തോടെ സ്വർഗ്ഗത്തിലേക്ക് മടങ്ങി. ദുഖിതയായ മലക്കാരിയെ കണ്ട് ദൈവം ചോദിച്ചു.

'എന്തു പറ്റി? പോയതു പോലെ തിരിച്ചു വന്നല്ലോ. ഭൂമിയും ഇത്ര വേഗം മടുത്തോ. ഇവിടെ സുഖക്കൂടുതലാണെങ്കിൽ അവിടെ ദുഖം മാത്രമേയുള്ളൂ'.

'ഭൂമിയിലിറങ്ങാൻ പറ്റുന്നില്ല. തേരിറക്കാൻ അല്പം മണ്ണു വേണ്ടേ? അവിടെ വെള്ളമല്ലാതെ മറ്റൊന്നില്ല തമ്പ്രാനേ.. മുഴുവൻ നിറഞ്ഞു കിടക്കുന്ന ജലം കാണുമ്പോൾ തന്നെ പേടി തോന്നുന്നു. മലക്കാരി പ്രതീക്ഷയോടെ ദൈവത്തെ നോക്കി.

ദൈവത്തിന്റെ കണ്ണിൽ കുസൃതി നിറയുന്നുണ്ടായിരുന്നു. ദൈവം ഒന്നും ഉരിയാടിയില്ല. മലക്കാരി നിശബ്ദത ഭഞ്ജിച്ചു. 'തമ്പ്രാനേ ഭൂമിയിൽ കുന്നുകളില്ല. പർവ്വതങ്ങളില്ല. താഴ്വരകളില്ല, ഒരുതരി മണ്ണു പോലുമില്ല. പിന്നെവിടെ ഞാൻ തേരിറക്കും. മരങ്ങളില്ല പൂക്കളില്ല. ചെടികളില്ല പിന്നെങ്ങനെ ഞാൻ അവിടെ ചെല്ലും.'

ദൈവത്തിന്റെ മനസ്സലിഞ്ഞു.

മലക്കാരിയോട് ഒറ്റക്കാലിൽ നിൽക്കാൻ പറഞ്ഞു.

മലക്കാരി ഇടതുകാലുയർത്തി ഒറ്റക്കാലിൽ നിന്നു. ദൈവം മലക്കാരിയോട് രണ്ടു കൈകളും നീട്ടി തുറന്നു പിടിക്കാൻ പറഞ്ഞു. ഒരു സ്വർണ്ണ നൂലിലൂടെ ദൈവം മലക്കാരിയുടെ കൈയ്യിലേക്ക് സ്വർണ്ണനിറമുള്ള പൊടി വിതറിയിട്ടു.

അതിൽ നിന്നും കുറച്ചെടുത്ത് ഭൂമിയിലെ ജലത്തിലിട്ട് ഇളക്കാൻ ദൈവം മലക്കാരിയോട് കൽപ്പിച്ചു. ജലത്തിൽ പൊൻപൊടി അലിഞ്ഞു ചേർന്നു. അപ്പോഴതാ മണ്ണുണ്ടായി. കുന്നുകളും പർവ്വതങ്ങളുമുണ്ടായി. നദികളും താഴ്വരകളുമുണ്ടായി.

പിന്നീട് ചെടികളും പൂക്കളുമുണ്ടായി. മലക്കാരി ഭൂമിയിലേക്കിറങ്ങി

വന്നു. മണ്ണിൽ കാലുകളുറപ്പിച്ചു നൃത്തം ചെയ്തു. വിണ്ണിനേക്കാളും സുന്ദരം മണ്ണാണെന്നു തിരിച്ചറിഞ്ഞു.

ആ മണ്ണിന്റെ എന്നും നനവു സൃഷ്ടിക്കാൻ മണ്ണ് ഭക്ഷിച്ചു ഒരു ജീവിയുണ്ടായി. അതാണ് മണ്ണിര. കർഷകന്റെ ബന്ധുവാണ് മണ്ണിര. നല്ല വളക്കൂറുള്ള മണ്ണിലെ മണ്ണിരകളുടെ ശരീരഭാരം ആ മണ്ണിലെ മൊത്തം ജിവജാലങ്ങളുടെ ഭാരത്തേക്കാളും കൂടുതലായിരിക്കും. ജലവാർച്ചയുള്ള കാത്സ്യം ലഭിക്കുന്ന മണ്ണിലാണ് മണ്ണിരകൾ ധാരാളം വളരുന്നത്.

ഒരു ഏക്കറിൽ നിരവധി ലക്ഷം മണ്ണിരകൾ വളരുന്നു. ഒരേക്കർ മണ്ണിലുള്ള മണ്ണിരകളുമട ഭാരം അര ടണ്ണിലധികം വരും. മണ്ണിന്റെ വളക്കൂറ് വർദ്ധിപ്പിക്കുന്നു. മണ്ണിരകളുടെ സാമീപ്യം തന്നെ ചെടികൾക്ക് ആനന്ദദായകമത്രേ.

നമ്മുടെ മണ്ണിൽ മണ്ണിരകൾ ഇല്ലായെങ്കിൽ കാരണമുണ്ട്. കൊടും വരൾച്ച, അതിശൈത്യം, വെള്ളക്കെട്ട്, കാലാവസ്ഥാ വ്യതിയാനം എന്നിവ മണ്ണിരകളുടെ വംശനാശത്തിന് കാരണമായി. അമിതമായ കീടനാശിനി പ്രയോഗം മണ്ണിരയുടെ സർവ്വ നാശത്തിന് കളമൊരുക്കി.

മനുഷ്യൻ ജൈവകൃഷിയിലേക്ക് മടങ്ങുമ്പോൾ വീണ്ടും മണ്ണും മണ്ണിരയും പുന:സൃഷ്ടിക്കും. കുറിച്യരുടെ മലക്കാരിയുടെ സ്വർണ്ണമണ്ണാണ് നമ്മുടെ സ്വപ്നമണ്ണ്.

വിണ്ണിനേക്കാൾ സുഖം സുഖകരമാണ് മണ്ണിലെ ജീവിതം. മലകളും, പുഴകളും, പുഴുവും, പൂമ്പാറ്റയും എല്ലാം എല്ലാം ചേരുമ്പോൾ അതാണ് സ്വർഗ്ഗം അഥവാ വിണ്ണ്. മണ്ണു തന്നെ വിണ്ണ്. മണ്ണു തന്നെ പൊന്ന്.

കയ്യെഴുത്ത്

ആധുനിക മനുഷ്യന്റെ ഏറ്റവും പ്രധാനപ്പെട്ട അടയാളപ്പെടുത്തലാണ് സ്വന്തം കയ്യൊപ്പ്. സാക്ഷരനായ മനുഷ്യൻ തന്റെ വ്യക്തിത്വത്തിന്റെ വരകുറിയായി കയ്യൊപ്പ് കടലാസിൽ ഉൾച്ചേർത്തു. നിരക്ഷരനായ മനുഷ്യൻ പെരുവിരലടയാളം കയ്യൊപ്പായി വിറയലോടെ പതിച്ചിരുന്നത് സ്വത്തു സംബന്ധമായുള്ള രജിസ്ട്രേഷൻ സമയത്തായിരുന്നു.

നാം മലയാളികൾ. നമ്മുടെ മാതൃഭാഷ മലയാളം. യഥാർത്ഥത്തിൽ സാക്ഷരനാവുന്ന ഒരാൾ കയ്യൊപ്പു ചാർത്തേണ്ടത് മാതൃഭാഷയിലാണ്. മൂന്നു കോടി നാല്പതു ലക്ഷത്തോളമുള്ള മലയാളികളിൽ മലയാളത്തിൽ കയ്യൊപ്പ് ചാർത്തുന്നവർ വളരേ കുറവാണ്. ഭൂരിഭാഗം പേരും ഇംഗ്ലീഷിലാണ് ഒപ്പിടുന്നത്.

ഇതെങ്ങനെ വന്നു എന്നത് സ്വാഭാവികം. തനിക്ക് ഇംഗ്ലീഷ് അറിയാം എന്നുള്ളത് മറ്റുള്ളവരെ ബോധ്യപ്പെടുത്താൻ വേണ്ടിയാവാംമലയാളികൾ ഇംഗ്ലീഷിൽ കയ്യൊപ്പ് ചാർത്താൻ തുടങ്ങിയത്.

മലയാളത്തിന്റെ പ്രിയപ്പെട്ട മഹാകവി പി.കുഞ്ഞിരാമൻ നായർ കേന്ദ്ര സാഹിത്യ അക്കാദമി അവാർഡ് വാങ്ങിക്കാൻ ഡൽഹിയിൽ പോയപ്പോൾ മലയാളത്തിൽ കയ്യൊപ്പ് ഇട്ടതിന്റെ പേരിൽ അവാർഡ് നൽകാൻ പറ്റില്ല എന്ന് അധികൃതർ പറഞ്ഞു. അപ്പോൾ മഹാകവി.പി.അധികൃതരുടെ മുഖത്തു നോക്കി പറഞ്ഞു'എന്റെ കയ്യൊപ്പ് മലയാളത്തിലാണ്. അത് പോരെങ്കിൽ എനിക്ക് ഈ സർക്കാർ നക്കാപ്പിച്ചയും വേണ്ട'.

മാതൃഭാഷയുടെ മാഹാത്മ്യം തന്റെ കൈയ്യൊപ്പിൽ പോലും പ്രകടമാക്കിയ മഹാനുഭാവനായ മഹാകവി പി നമ്മെ ആവേശഭരിതമാക്കുന്നു.

മഹാത്മാഗാന്ധി കൗമുദി ടീച്ചർക്ക് തന്റെ കൈയ്യൊപ്പോടു കൂടി 'തുമാരാ ത്യാഗ് തുമാരാ ആഭൂഷൺ' എന്നെഴുതിക്കൊടുത്തത് മാതൃഭാഷയിലാണ്.

സർക്കാർ ശമ്പളം പറ്റുന്നവരിൽ ഭൂരിഭാഗം പേരും ഇംഗ്ളീഷിൽ കയ്യൊപ്പിട്ടാണ് ശമ്പളം പറ്റുന്നത്. മലയാളം പഠിപ്പിക്കുന്ന അദ്ധ്യാപകർ പോലും കയ്യൊപ്പ് ഇംഗ്ലീഷിൽ. മലയാളത്തിൽ ഒരു കയ്യൊപ്പ് അത് മാതൃഭാഷയോടുള്ള പൊക്കിൾക്കൊടി ബന്ധമാണ്.

ഓരോരുത്തരും ഒപ്പിടുന്നത് സ്വന്തം പേരിന്റെ തുടക്കം കുറിക്കുന്ന അക്ഷരങ്ങളിൽ നിന്നാണ്. മനോഹരമായ കയ്യൊപ്പുകൾ ഒപ്പിടുന്നവരേക്കാൾ സന്തോഷഭരിതമാവുന്നത് കാണുന്നവർക്കാണ്. ഒപ്പ് എന്നത് ഒരു ദൃഢനിശ്ചയത്തിന്റെ ഉറപ്പാണ്. രാഷ്ട്രത്തലവന്മാർ തമ്മിൽ ഉടമ്പടികളിൽ ഒപ്പു വച്ചു എന്നു നാം പലപ്പോഴും കേൾക്കാറുണ്ട്. മൺപാത്ര നിർമ്മാതാവ് തന്റെ നിർമ്മിതിയെ തിരിച്ചറിയാനുള്ള വരയും കുറിയുമാണ് ആദ്യത്തെ കയ്യൊപ്പായി മാറിയത്. അത് പിന്നീട് ലിപിയും അക്ഷരവുമായി രൂപാന്തരം പ്രാപിച്ചു

പേനയും കടലാസും മനസ്സും ചേർന്ന് രൂപപ്പെടുത്തുന്ന അടയാളമാണ് ഒപ്പ്. ഒപ്പം അഥവാ കൂടെയുണ്ട് എന്നതിൽ നിന്നാവാം ഒപ്പ് എന്ന വാക്കുണ്ടായത്. ഒപ്പിന്റെ ചരിത്രം ആരംഭിക്കുന്നതും സിന്ധു നാഗരികതയിൽ നിന്നു തന്നെയാണ്. അയ്യായിരത്തി മുന്നൂറ് വർഷങ്ങൾക്ക് മുൻപ് ഹാരപ്പയിൽ ചുട്ടെടുത്ത കളിമൺ പാത്രങ്ങളിൽ ചില അടയാളങ്ങൾ മൺപാത്ര നിർമ്മാതാവ് വരച്ചു വച്ചു. അതാണ് ആദ്യത്തെ കയ്യൊപ്പ്. എഴുതാൻ മനുഷ്യൻ തുടങ്ങിയത് കളിമണ്ണിലാണ്. തന്റെ കരങ്ങൾ കൊണ്ട് കൗശലങ്ങൾ തീർത്തപ്പോൾ പല രൂപങ്ങളുണ്ടായി.

ഇന്ത്യയിൽ ഭാഷാസർവ്വേ നടത്തിയ ഗ്രിഗർ സെൻ പറയുന്നുണ്ട്. മാതൃഭാഷാസ്നേഹികളെ തിരിച്ചറിയണമെങ്കൽ അവരുടെ കയ്യൊപ്പ് നോക്കിയാൽ മതി. ഒരു വ്യക്തിയുടെ അമരമായ അടയാളമാണ് ഒപ്പ്.

ഒപ്പിടുന്നതിലുമുണ്ട് ചില രസച്ചാർത്തുകൾ. സ്ത്രീകൾ അവരുടെ പേരു തന്നെ വ്യക്തമായെഴുതി അടിവരയിട്ട് രണ്ടു കുത്തും ചേർക്കുമ്പോൾ അവരുടെ കയ്യൊപ്പായി മാറി. വളരെ ലളിതമാണ് സ്ത്രീകളുടെ ഒപ്പ്. പുരുഷന്മാരുടെ ഒപ്പിൽ അവരുടെ പേരു പോലും ഒളിഞ്ഞിരിപ്പില്ല.

ഡിജിറ്റൽ കാലഘട്ടത്തിൽ ഒപ്പ് ഡിജിറ്റലായി മാറിയാലും മനുഷ്യന്റെ വിരലുകളിൽ നിന്നും രൂപം കൊള്ളുന്ന വരരൂപങ്ങൾ മനുഷ്യനുള്ളിടത്തോളം കയ്യൊപ്പായി നില്ക്കും. സാമ്യമില്ലാത്ത ആവർത്തന രൂപമി

ല്ലാത്ത ഒരേ ഒരു കല അതാണ് കയ്യൊപ്പ്. ഭൂമിയിലുള്ള മനുഷ്യരുടേയെല്ലാം വിരലടയാളം വ്യത്യസ്തമായതു പോലെ കയ്യൊപ്പും തനിയാവർത്തനമില്ലാത്തതാണ്. നാം മലയാളികൾ മലയാളത്തിൽ കയ്യൊപ്പ് ഇടാൻ തുടങ്ങുമ്പോൾ ഭാഷ ഒന്നു കൂടെ വേരുറപ്പിക്കും. ഭാ എന്നാൽ പ്രകാശം ഷ എന്നാൽ ശ്രേഷ്ഠമായത് എന്നാണല്ലോ അക്ഷരങ്ങളുടെ അർത്ഥം. ശ്രേഷ്ഠമായത് പ്രകടിപ്പിക്കുന്നത് അതാണ് ഭാഷ. വ്യക്തിതത്തിന്റെ ലിഖിതഭാഷയാണ് കയ്യൊപ്പ്. കയ്യൊപ്പ് ജീവിതത്തിന്റെ ഒപ്പ് തന്നെയാണ്.

നെരൂദ പറഞ്ഞതു പോലെ 'നാം ഭൂമിയിൽ വിത്തുകൾ വിതച്ചു പോവാൻ വന്നു. സ്നേഹത്തിന്റെ, ബലത്തിന്റെ, സ്വപ്നത്തിന്റെ വിത്തുകൾ. ആ വിത്തുകൾ വളരും. ആ വിത്തുകൾ അവയുടെ വിത്തുകൾ ഇവിടെ അവശേഷിപ്പിച്ചിട്ട് പോകും'. കയ്യെഴുത്തും കയ്യൊപ്പും ഓരോ മനുഷ്യനും അവശേഷിപ്പിച്ച് പോകുന്ന കലാരൂപങ്ങൾ തന്നെയാണ്.

ഉറുമ്പുകൾ സാമൂഹ്യജീവികൾ

'ദേ നാട്ടിൻപുറത്തെ നാടൻപെണ്ണിന്റെ നാടൻകല്ല്യാണത്തിന് നാട്ടാ ര് വയൽവരമ്പിലൂടെ നടനടയായും നിരനിരയായും പോണതു പോലെ ഉറുമ്പുകൾ പോകുന്നു.' ഭൂമിയിലെ ഉറുമ്പുകളെ നഗ്നനേത്രം കൊണ്ട് എണ്ണിത്തിട്ടപ്പെടുത്തിയ നാറാണത്തു ഭ്രാന്തന്റെ വാക്കുകളാണിത്. മ നുഷ്യസമൂഹത്തെ കൃത്യമായി വിലയിരുത്തിയ സാമൂഹ്യശാസ്ത്രജ്ഞ നാണ് പറയിപെറ്റ പന്തിരുകുലക്കാരനായ നാറാണത്തു ഭ്രാന്തൻ. അ ദ്ദേഹം ഉറുമ്പുകളുടെ സാമൂഹിക ജീവിതം നോക്കിഉറുമ്പുകളുടെ ഭാ ഷ മനസ്സിലാക്കി ഉറുമ്പുകളോട് സംവദിച്ചിരുന്നുവെന്നായിരുന്നു വിശ ്വാസം.

മനുഷ്യർ മനസ്സിലാക്കേണ്ട ഒരു സാമൂഹ്യജീവിയാണ് ഉറുമ്പ് എ ന്നു നാം പഠിക്കുന്നു. സമൂഹം എന്ന വാക്കിന് ചേരുന്ന ഒരേ ഒരു ജീ വി. അതാണ് ഉറുമ്പ്. സമമായി ഊഹിക്കുന്നത് സമൂഹം. സമ ഊ ഹം ഒരേ പോലെ ചിന്തിക്കുക. ഒരേ പോലെ പ്രവർത്തിക്കുക. പ്രവർ ത്തനം നന്മയിലധിഷ്ഠിതമായിരിക്കും. ഒരുമയും അൻപും ചേർത്തു പ റയുമ്പോൾ ഉറുമ്പ് എന്ന പദമുണ്ടായെന്നു വ്യാഖ്യാനിക്കാം.

പ്രകൃതിയിലെ മാറ്റത്തെ അതിജീവിച്ച ഒരേ ഒരു ജീവയാണ് ഉറുമ്പ്. നേതാവില്ലാത്തതിനാൽ വംശനാശം നേരിടാതെ എന്നും അതിജീവന ത്തിന്റെ മാതൃക. അവകാശങ്ങളെക്കുറിച്ച് ഉറുമ്പുകൾക്കറിയില്ല. എ ല്ലാ പ്രവൃത്തികളേയും അവർ കടമകളായാണ് കാണുന്നത്. അതു കൊ ണ്ട് അവരുടെ സാമ്രാജ്യത്തിൽ കലാപങ്ങളില്ല, വിപ്ലവങ്ങളില്ല, ദാരിദ്ര്യ വുമില്ല, ഉറുമ്പുകളുടെ ബുദ്ധിവൈഭവം, കായികശേഷി, അക്ഷീണ പ്ര യത്നം ഒക്കെയും മനുഷ്യർ പാഠമാക്കാൻ ശ്രമിക്കേണ്ടതുണ്ട്. രണ്ടായി രം വർഷങ്ങൾക്ക് മുമ്പ് ഒരു ചിന്തകൻ മടിയനായ മനുഷ്യനോട് ഇങ്ങ

നെ പറഞ്ഞു. 'താങ്കൾ അലസനാണ്. ഉറുമ്പുകൾക്കടുത്തേക്കു ചെല്ലൂ. അവയെ കണ്ടു പഠിക്കുക'.

ഇരുപത് ദശലക്ഷം വർഷങ്ങൾക്ക് മുമ്പ് ഭൂമിയിൽ പിറന്ന ഷഡ്പദ ജീവിയാണ് ഉറുമ്പ്. പിറന്ന അന്നും ഇന്നും ഉറുമ്പിന് ഒരു മാറ്റവും ഉണ്ടായിട്ടില്ല. 2006 ലെ ഉറുമ്പ് സെൻസസ് പ്രകാരം 11,880 ഉറുമ്പ് വംശം ലോകത്തുണ്ട്. അടുത്തകാലത്തായി ആഫ്രിക്കയിലെ മഡഗാസ്കർ ദ്വീപിൽ നിന്നും ഗൂഗിൾ മാപ്പിന്റെ സഹായത്തോടെ കണ്ടെത്തിയ ഉറുമ്പു വർഗ്ഗത്തിന് ഗൂഗിൾ ഉറുമ്പ് എന്ന് പേരു നൽകിയതൊഴിച്ചാൽ ഉറുമ്പ് ഒരു പരിണാമത്തിനും വിധേയമാവാത്ത ജീവിയാണെന്നു വ്യക്തം.

മനുഷ്യന്റെ ആപ്തവാക്യം ചെറിയ കുടുംബം സന്തുഷ്ട കുടുംബം എന്നാണെങ്കിൽഉറുമ്പിന്റെ ആദർശവാക്യം വലിയ കുടുംബം സന്തോഷ കുടുംബം എന്നാണ്. മനുഷ്യന്റെ വലിയവീട്ടിൽ ഇപ്പോൾ അച്ഛനും അമ്മയും ഒരു കുഞ്ഞും അടങ്ങുന്ന ചെറുകുടുംബമാണല്ലോ ഉള്ളത്. ഒരു ഉറുമ്പിൻ കൂട്ടിൽ ഏറ്റവും കുറഞ്ഞത് 600 ഉറുമ്പുകൾ വരെ ഉണ്ടാവും. എന്നാൽ ചില ഉറുമ്പിൻ കൂട്ടിൽ മൂന്നു കോടി ഉറുമ്പുകൾ വരെയുണ്ടാകാം.

ഉറുമ്പുകൾ പരസ്പരം ആശയവിനിമയം നടത്തും. പരസ്പരം പ്രണയിക്കും. അവിടെ പ്രേമനൈരാശ്യങ്ങൾക്ക് സ്ഥാനമില്ല. ഇണ ചേരുന്നത് ചിറകുകൾ വീശീ പറന്നു കൊണ്ടാണ്. ഇണചേരുന്ന ആൺ അതോടെ മരിച്ചു വീഴും. മിടുക്കികളായ പെണ്ണുറുമ്പുകൾ അതോടെ മുട്ടയിടും. ഇണ ചേരാത്ത ആണുറുമ്പുകളെ ബ്രഹ്മചാരി ഉറുമ്പുകൾ എന്നാണറിയപ്പെടുന്നത്. അവയെ പട്ടാള ഉറുമ്പുകൾ എന്നും വിളിക്കുന്നു. അവരാണ് ഉറുമ്പിന്റെ മാളത്തെ സംരക്ഷിക്കുന്നത്. ഉറുമ്പിൻ കൂട്ടിൽ നിന്നും നമ്മെ കടിക്കുന്ന ഉറുമ്പുകളാണ് ആണുറുമ്പുകൾ അഥവാ പട്ടാള ഉറുമ്പുകൾ.

ഉറുമ്പിന്റെ സാമ്രാജ്യത്തിൽ രാജാവില്ല. നേതാവില്ല. ഉച്ചനീചതങ്ങളില്ല. വർണ്ണഭേദമില്ല. നേതാവിന്റെ ക്രൂരതകളില്ല. വംശഹത്യകളില്ല, സൗന്ദര്യ മത്സരങ്ങളില്ല. ഉള്ളത് സമത്വ സുന്ദരമായ ലോകം. സുന്ദരിയും സുന്ദരന്മാരുമാണ് എല്ലാ ഉറുമ്പുകളും.

ഉറുമ്പുകൾ നമ്മെ ആദർശരൂപമാക്കുന്നത് ഏറ്റവും കരുത്തരായ ഉറുമ്പുകൾ ഭക്ഷണം തേടി, കണ്ടെത്തി, അത് ദുർബലരായ, വൃദ്ധരായ, രോഗികളായ ഉറുമ്പുകൾക്ക് നൽകുന്നു എന്നുള്ളതാണ്. ദുർബലരും, രോഗികളും, പ്രായമായവരും, ഭക്ഷണം കഴിച്ചതിനു ശേഷം മാത്രമേ ഭക്ഷണം തേടിപ്പിടിച്ച് ഉറുമ്പുകൾ ഭക്ഷിക്കുകയുള്ളൂ. എല്ലാവരും ആവ

ശ്യത്തിനു മാത്രം ഭക്ഷണം കഴിക്കുന്നു. ഉറുമ്പുകൾ ആർത്തിയോടെ ഭക്ഷണം കഴിക്കാറില്ല. ആരോഗ്യം നിലനിർത്താൻ വേണ്ടി മാത്രം ഭക്ഷണം കഴിക്കുന്നു.

ഉറുമ്പുകൾ മനുഷ്യക്കുട്ടികളെപ്പോലെയാണ്. നിഷ്കളങ്കതയാണ് അവരുടെ മുഖമുദ്ര. മധുരം എവിടെയുണ്ടോ അവിടെ ഉറുമ്പുമുണ്ട്. മനുഷ്യക്കുഞ്ഞുങ്ങൾക്ക് മധുരമെന്നതു പോലെ ഉറുമ്പുകൾക്ക് മധുരം തന്നെയാണ് ഏറെ മധുരം. ചിലയിനം ഉറുമ്പുകൾ അതിശയകരമാം വിധ ബലമുള്ളവരാണ്. ചിലയിനം ഉറുമ്പുകൾക്ക് സ്വന്തം ശരീരഭാരത്തിന്റെ പത്തിരട്ടി ഭാരം വഹിക്കാനാകും. മറ്റു ചില വർഗ്ഗം ഉറുമ്പുകൾക്ക് അൻപതിരട്ടി വരെ ഭാരം വലിക്കാനാകും.

തീക്കട്ടയിൽ മാത്രം ഉറുമ്പരിക്കില്ല. അങ്ങനെയൊരു പഴഞ്ചൊല്ലുണ്ടായി. താഴെ വച്ചാൽ ഉറുമ്പരിക്കും തലയിൽ വച്ചാൽ പേനരിക്കും. അവിടെയും ഉറുമ്പിന് തന്നെ മേൽക്കൈ. ഉറുമ്പരിച്ചാലും അമ്മി തേയും എന്ന പഴമൊഴി അതിശയോക്തി തന്നെ. എങ്കിലും ഒരുമയുടെ പ്രതീകമായ ഉറുമ്പിനെ കണ്ട് സർവ്വരാജ്യങ്ങളിലേയും മനുഷ്യൻ ഒരുമിക്കുന്ന കാലം നമ്മുടെ ഉദാത്തമായ ലക്ഷ്യം തന്നെയാണ്. ഉറുമ്പിനോട് ഇത്തിരി കുറുമ്പ് തോന്നുന്നു. കുട്ടിക്കാലത്തെ ഉറുമ്പുകളി ഓർത്തു പോവുന്നു. ഉറുമ്പേ ഉറുമ്പേ ഉറുമ്പിന്റെ മങ്ങലം നാള്യോ മറ്റന്നാളാണോ. ഉറുമ്പിനായ് ഉറുമ്പേരി അമ്പലവുമുണ്ട്.

സത്യാന്വേഷണ പരീക്ഷണങ്ങൾ

'ഗാന്ധി കുടുംബക്കാർ ബനിയാ ജാതിയിൽപ്പെട്ടവരാണ്. അവർ ആദ്യം പലചരക്കു വ്യാപാരികളായിരുന്നത്രേ. എന്നാൽ എന്റെ മുത്തച്ഛൻ മുതൽ മൂന്നു തലമുറയായി അവർ കത്തിയാവാറിലെ വിവിധനാട്ടുരാജ്യങ്ങളിൽ പ്രമാണിമാരായിരുന്നു. അവരിലൊരാളും എന്റെ മുത്തച്ഛനുമായ ഉത്തംചന്ദ് ഗാന്ധി അഥവാ ഓത്താ ഗാന്ധി തത്വനിഷ്ഠയുള്ള ഒരാളായിരിക്കണം. പോർബന്തറിലെ ദിവാനായിരുന്നു. അദ്ദേഹത്തിന് അവിടുത്തെ ഉപജാപങ്ങൾ മൂലം അതുപേക്ഷിച്ചു ജുനഗാദിൽ അഭയം തേടേണ്ടി വന്നു. അവിടെ അദ്ദേഹം നവാബിനെ ഇടതു കൈകൊണ്ടാണ് അഭിവാദ്യം ചെയതത്. ഈ പ്രകടമായ അനാദരവു കണ്ട് ആരോ കാരണം ചോദിച്ചപ്പോൾ ഇതായിരുന്നു മറുപടി. 'എന്റെ വലതുകൈ പോർബന്തറിനു സമർപ്പിച്ചു പോയി.

മഹാത്മജിയുടെ സത്യാന്വേഷണ പരീക്ഷണങ്ങൾ ആരംഭിക്കുന്നത് ഇങ്ങനെയാണ്. ലോകത്ത് ഇപ്പോഴും ഏറ്റവും കൂടുതൽ ചോദിച്ചു വാങ്ങിക്കുന്ന ആത്മകഥയാണ് ഗാന്ധിജിയുടെ ഈ ജീവിതരേഖ. പൊടിപ്പും തൊങ്ങലുമില്ലാതെ ജീവിതത്തെ സത്യസന്ധമായി വരച്ചു കാട്ടിയ വിശ്വസാഹിത്യത്തിലെ മുതൽക്കൂട്ടാണ് ഗാന്ധിജിയുടെ ഈ ഗ്രന്ഥം.

തന്റെ ദൈവം സത്യമാണെന്നു ഉറപ്പിച്ചു പറയുകയാണ് ഗാന്ധിജി. വിവേകാനന്ദന്റെ ജീവിതത്തെക്കുറിച്ചും പ്രഭാഷണങ്ങളെക്കുറിച്ചും വരച്ചു കാട്ടാൻ നമുക്കൊരു സിസ്റ്റർ നിവേദിതയുണ്ടായിരുന്നു. ശ്രീബുദ്ധന്റെ പ്രഭാഷണങ്ങൾ ശിഷ്യരായിരുന്നു വിഖ്യാതമാക്കിയത്. ഓരോ മഹദ് വ്യക്തിത്വങ്ങളുടെയും ജീവചരിത്രവും ആത്മകഥയും കുറേയേറെ അതിശയോക്തികളിലൂടെ നമുക്കു മുന്നിൽ അവതരിക്കപ്പെട്ടു.

എന്നാൽ മഹാത്മജി തന്റെ ജീവിതം ഒരു തുറന്ന പുസ്തകമായി കലർപ്പില്ലാതെ ഒരു നദിയൊഴുകുന്നതു പോലെ തടസ്സമില്ലാതെ മഷിത്തുമ്പിലൂടെ രേഖപ്പെടുത്തി. ഗാന്ധിജി തന്നെ ആത്മകഥയെക്കുറിച്ച് പറയുന്നതിങ്ങനെയാണ്. 'ഒരു യഥാർത്ഥ ആത്മകഥ എഴുതാനുള്ള ഉദ്യമമല്ല എന്റേത്. സത്യം കൊണ്ടുള്ള എന്റെ വിവിധ പരീക്ഷണങ്ങളുടെ കഥ പറയുക മാത്രമാണ് ലക്ഷ്യം. എന്റെ ജീവിതത്തിൽ ആ പരീക്ഷ ണങ്ങളല്ലാതെ മറ്റൊന്നും ഇല്ലാത്തതിനാൽ കഥ ഒരു ആത്മകഥയുടെ രൂപം കൈക്കൊള്ളുമെന്നതു ശരിയാണ്. എന്നാൽ ഇതിലെ ഓരോ പേജും എന്റെ പരീക്ഷണങ്ങളുടെ വിവരണം മാത്രമാവുന്നതാണ് എനിക്കിഷ്ടം'.

മഹാത്മജി സ്വാതന്ത്ര്യസമര നായകത്വത്തിലേക്ക് ഉദിച്ചുയർന്നപ്പോഴാണ് എന്റെ സത്യാന്വേഷണ പരീക്ഷണകഥ 1927 ൽ നവജീവൻ ട്രസ്റ്റ് പുസ്തകരൂപത്തിൽ ആദ്യമായി പ്രസിദ്ധീകരിച്ചത്. അതിനു മുമ്പ് ഗുജറാത്തി വാരികയായ നവജീവനിലും ശ്രീ മഹാദേവദേശായി ഇംഗ്ലീഷിലേക്ക് വിവിർത്തനം ചെയ്ത് യങ് ഇന്ത്യയിലും ഒരേ സമയത്ത് പ്രസിദ്ധീകരിച്ചിരുന്നു.

ഭാരതീയന്റെ വിശുദ്ധ ഭാരതീയ ഗ്രന്ഥങ്ങളിലായി മാറിയിരിക്കുന്നു എന്റെ സത്യാന്വേഷണ പരീക്ഷണങ്ങൾ. ഈ ലേഖകൻ പത്താം ക്ളാസ് പരീക്ഷ കഴിഞ്ഞതിനു ശേഷം അവധിക്കാലത്ത് വായിക്കാൻ ലഭിച്ച പുസ്തകം ഗാന്ധിജിയുടെ ആത്മകഥയായിരുന്നു. ഒരു പുസ്തക വായന ഒരാളെ മാറ്റിമറിച്ചു എന്നതിന്റെ തെളിവായിരുന്നു ഗാന്ധിജിയെപ്പോലെ സസ്യാഹാരിയായി മാറുക എന്നത്. പിന്നീട് ജീവിതത്തിൽ ഒരു സമ്പൂർണ്ണ സസ്യാഹാരിയാകാനും ക്ഷമാശീലനാകാനും , മാതൃകാ ജീവിതം, വ്യക്തി നൈർമ്മല്യം, സത്യനിഷ്ഠ എന്നിവ പരിശീലിക്കാനും ജീവിതത്തിൽ പകർത്താനും ഒരു പത്താം ക്ളാസുകാരനിൽ മാറ്റമുണ്ടാക്കിയത് എന്റെ സത്യാന്വേഷണ പരീക്ഷണങ്ങളാണ്.

ഗാന്ധിജി തന്റെ ആത്മകഥയുടെ ആമുഖത്തിൽ പറയുന്നുണ്ട് 'എനിക്കു നേടേണ്ടത് ആത്മസാക്ഷാത്കാരം, ഈശ്വരനെ നേരിട്ടു കാണുക, മോക്ഷം പ്രാപിക്കുക എന്നതാണ്. ഇക്കഴിഞ്ഞ മുപ്പത് വർഷമായി ഞാൻ തീവ്രമായി ആഗ്രഹിക്കുകയും പരിശ്രമിക്കുകയും ചെയ്തു കൊണ്ടിരിക്കുന്നത് അതിനു വേണ്ടിയാണ്. ഞാൻ ജീവിക്കുന്നതും ചലിക്കുന്നതും, നിലനിൽക്കുന്നതും ഈ ലക്ഷ്യം പ്രാപിക്കാനാണ്". ഗാന്ധിജി എഴുതി.

1925 നവംബർ 26ാം തീയ്യതിയാണ് ഗാന്ധിജി എന്റെ സത്യാന്വേഷ

ണ പരീക്ഷണകഥ പൂർത്തിയാക്കുന്നത്. ആമുഖമെഴുതി പുസ്തകം ലോകത്തിനു സമർപ്പിക്കുന്നതും. മോഹൻദാസ് എന്ന സാധാരണ മനുഷ്യൻ മഹാത്മജി എന്ന ലോകനേതാവിലേക്കുള്ള സംക്രമണമാണ് തന്റെ ആത്മകഥയിലൂടെ ഗാന്ധിജി കൈവരിച്ചത്. ഗിരിനിരകളോളം പഴക്കമുള്ള സത്യവും അഹിംസയുമല്ലാത്ത പുതിയതൊന്നും എനിക്ക് ലോകത്തെ പഠിപ്പിക്കുവാനില്ല.' നമ്മുടെ പുതുതലമുറ വായിച്ചിരിക്കേണ്ട പുസ്തകങ്ങളിലൊന്നാണ് എന്റെ സത്യാന്വേഷണ പരീക്ഷണ കഥ. നമ്മുടെ ഓരോ കുഞ്ഞുങ്ങൾക്കും ജന്മദിന സമ്മാനമായി ഈ മഹത് ഗ്രന്ഥം സമ്മാനിക്കുകയും ചെയ്യുക. അഞ്ചു ഭാഗങ്ങളിലായി ആകെ 168 അധ്യായങ്ങളാണ് ഈ പുസ്തകത്തിലുള്ളത്. എന്റെ സത്യാന്വേഷണ പരീക്ഷണകഥ നമുക്ക് വായിച്ചു കൊണ്ടേയിരിക്കാം. കാരണം അത് അഹിംസയുടെ പ്രവാചകന്റെ കണ്ടെത്തലുകളാണല്ലോ!

പൗരവേലകുൾ എന്ന പോർബന്തർ

സിന്ധു നാഗരികതയിൽ നിന്നാണ് ഭാരതീയ സംസ്കൃതിയുടെ ഉറവ ഒഴുകി വരുന്നത്. ഹാരപ്പയും, മോഹൻജോദാരോയും, ചഞ്ചുദാരോയും , ധോളാ വീരയും, ലോത്തലും, റൂപ്പാറും നമ്മുടെ ചരിത്ര ഉറവിട പ്രദേശങ്ങളാണ്. സിന്ധു നാഗരികതയെ നാം ഹാരപ്പൻ സംസ്കാരമെന്നു വിളിച്ചു.

സൈന്ധവ നാഗരികതയിൽ നിന്നും ഭാരതം മഹാത്മജി കാലഘട്ടത്തിലേക്ക് ആനയിക്കപ്പെടുമ്പോൾ നമ്മെ അത്ഭുതപ്പെടുത്തുന്ന ഒരു കാര്യമുണ്ട്. മഹാത്മജിയുടെ ജന്മദേശമായ പോർബന്തറുമായി ബന്ധപ്പെട്ടതാണത്..

സിന്ധു നാഗരിക കാലഘട്ടത്തിലെ സുപ്രധാന തുറമുഖങ്ങളിലൊന്നായിരുന്നു ഗാന്ധിജിയുടെ ജന്മദേശമായ പോർബന്തർ എന്ന് ചരിത്ര പഠനം വിളിച്ചറിയിക്കുന്നു. അനേകം ബോട്ടുജെട്ടികളും വ്യാപാരത്തിനു വന്ന വണിക്കുകളും താമസിച്ച് സമ്പുഷ്ടമായ നാഗരികതയുടെ ചരിത്ര ശേഷിപ്പുകൾ പോർബന്തറിന്റെയും കൂടിയാണ്.

മഹാത്മജി എന്ന മഹാനുഭാവനും പോർബന്തറിലെ ഒരു വണിക്ക് കുടുംബത്തിലാണ് പിറന്നത്. ചുരുക്കത്തിൽ ഗാന്ധിജി എന്ന ഇതിഹാസം സിന്ധു നാഗരികതയുടെ ചരിത്രഭൂമിയിൽ നിന്നും ഉയിർകൊണ്ടതാണ്.

പത്താം നൂറ്റാണ്ടു വരെ പോർബന്തറിനെ അറിയപ്പെട്ടത് പൗരവേലകുൾ എന്നായിരുന്നു. എന്നാൽ ഗുജറാത്തും ദ്വാരകയും ശ്രീകൃഷ്ണനും കുചേലനും ഒക്കെ ചേർന്ന മഹാഭാരത കാലഘട്ടത്തെ സ്മരിച്ചു കൊണ്ട് പൗരവേലകുൾ എന്ന പോർബന്തർ സുദാമപുരിയെന്ന പേരിൽ അറിയപ്പെടാൻ തുടങ്ങി.

സിന്ധു നദീതട കാലഘട്ടവും മഹാഭാരതകാലഘട്ടവും പിന്നിട്ട് പിന്നിട്ട് ഭാരതം ഗാന്ധിയിലെത്തുമ്പോൾ പോർബന്തർ ഇന്ത്യയുടെ സാംസ്കാരിക ഭൂമികയുടെ പുണ്യസ്ഥലമായി മാറി.

പോർബന്തറിൽ നിന്നും ലോകം കീഴടക്കിയ മാനവരാശിയുടെ അഹിംസാ നായകൻ മഹാത്മാഗാന്ധി. മഹാത്മജിയുട ജന്മഗേഹം സന്ദർശിക്കുന്ന ഓരോരുത്തരും അനുഭവിക്കുന്ന ആനന്ദാനുഭൂതി അവർണ്ണനീയമാണ്.

ഗുജറാത്തിലെ കത്തിയാവാഡ് ജില്ലയിലെ പോൽബന്തറിൽ ഗാന്ധിജിയുടെ ജന്മഗേഹത്തിലേക്ക് നഗ്നപാദനായി പ്രവേശിക്കുമ്പോൾ മനസ്സ് ഒരു ചരിത്ര നായകന്റെ സ്പർശനമേറ്റിടത്ത് നമ്മെ വരവേൽക്കുന്നത് ഗാന്ധിജി പിറന്ന ഇടം. അവിടെ സ്വസ്തിക ചിഹ്നത്തിൽ പൂക്കളിട്ട് പരിപാവനമാക്കിയിരിക്കുന്നു.

'മോഹനിയ' എന്ന് വിളിപ്പേരുള്ള മോഹൻദാസ് കരം ചന്ദ് ഗാന്ധി ഓടി നടന്ന വീട്ടു മുറ്റം.

മഹാത്മജിയുടെ വീട്ടുമുറ്റത്തു നിന്നും നോക്കിയാൽ കസ്തൂർബായുടെ വീടിന്റെ ജനൽപ്പാളികൾ കാണാം. മഹാത്മജിയുടെ കുട്ടിക്കാലം രൂപപ്പെടുത്തിയ എല്ലാം പോർബന്തറിലെ മഹാത്മജി ജന്മഗേഹത്തു നമുക്ക് ദർശിക്കാം.

മഹാത്മജിയുടെ കുട്ടിക്കാലത്തെ രൂപപ്പെടുത്തിയത് പോർബന്തറിലെ വീട്ടിൽ നിന്നാണ്. അഹിംസയുടെ എക്കാലത്തേയും പ്രവാചകനായ ഗൗതമബുദ്ധനേയും സത്യനിഷ്ഠയുടെ അഭൗമതേജസ്സായ രാജാ ഹരിശ്ചന്ദ്രനേയും അമ്മ പുത്തലീഭായ് പരിചയപ്പെടുത്തിക്കൊടുതത്ത് പോർബന്തറിലെ ഈ വീട്ടിൽ നിന്നാണ്.

പുത്തലീഭായിയുടെ മടിത്തട്ടിൽ നിന്നും വളർന്ന് അഞ്ചടി അഞ്ചിഞ്ച് ഉയരമുള്ള മനുഷ്യൻ ലോകത്തോളവും അതിനപ്പുറവും വളർന്ന് പോർബന്തർ എന്ന സൈന്ധവ നാഗരികതാ തുറമുഖദേശത്തു നിന്നുമായിരുന്നു.

മഹാത്മജിയുടെ ജന്മഗേഹം സ്ഥിതി ചെയ്യുന്ന സ്ഥലം ഒരു ചരിത്ര സ്മാരകമാണ്. 79 മീറ്റർ ഉയരത്തിലുള്ള വ്യത്യസ്തമായ നിർമ്മിതിയാണ് ഗാന്ധി സ്മാരകത്തിന്റെ സവിശേഷത.

പോർബന്തറിലെ മഹാത്മജി സ്മാരകം സ്ഥിതി ചെയ്യുന്ന പ്രദേശം കീർത്തിനഗറായി അിറയപ്പെടുന്നു. സീഖാര എന്നാണ് ജന്മഗേഹത്തെ വിളിക്കുന്നത്. ഗാന്ധിജി ജീവിച്ച 79 വർഷത്തെ സ്മരിച്ചു കൊണ്ട് സിഖാരയുടെ ഉയരം 79 അടിയാണ്.

സിഖാരയുടെ പ്രവേശനഭാഗം ഹിന്ദു ക്ഷേത്ര രീതിയിലാണ് നിർമ്മിച്ചിരിക്കുന്നത്. സർവ്വമത സമന്വയ ആരാധനാ പ്രതീകമാണ് സിഖാര. ഓരോ ഭാഗങ്ങളിൽ നിന്നും നോക്കുമ്പോൾ ക്രിസ്ത്യൻ പള്ളി, മുസ്ളീം മോസക് തുടങ്ങി സർവ്വമത പ്രതീകമായാണ് സിഖാര രൂപകൽപ്പന ചെയ്തിരിക്കുന്നത്.

1944 ലാണ് കീർത്തിമന്ദിറിന്റെ നിർമ്മാണത്തിനു തുടക്കം കുറിച്ചിരിക്കുന്നത്. ഗാന്ധിജിയെ ആഗാ ഖാൻ കൊട്ടാരത്തിലെ വീട്ടുതടങ്കലിൽ നിന്നും മോചിപ്പിച്ചപ്പോൾ പോർബന്തർ നിവാസികൾ ഗാന്ധിജിയുട ജന്മഗേഹം ഉൾപ്പെട്ട സ്ഥലത്ത് ഒരു സ്മാരകം വേണമെന്ന് ആഗ്രഹം പ്രകടിപ്പിച്ചു. പോർബന്തറിലെ മഹാരാജാവായിരുന്ന ഹിസ് ഹൈനസ്സ് മഹാറാണാ ശ്രീ നടuർസിങ്ജിയും രാജരത്ന ശ്രീ നഞ്ജിബായി കാളിദാസമേത്തയും കൂടിയാണ് ഗാന്ധി ജന്മഗേഹം സംരക്ഷിക്കാനും സ്മാരകം പണിയാനും മുൻകൈ എടുത്തത്.

മഹാത്മജിയോട് ഇക്കാര്യം പറഞ്ഞപ്പോൾ തന്റെ ജന്മഗേഹവും മറ്റു ജംഗമവസ്തുക്കളും നിയമപരമായി നാട്ടുകാർക്ക് നൽകി ധാരണാപത്രത്തിൽ ഒപ്പു വച്ചു.

ഗാന്ധിജി ജീവിച്ചിരിക്കുമ്പോൾ തന്നെ പോർബന്തറിൽ സ്മാരകമുണ്ടായി എന്നത് ഏറെ സവിശേഷതയാണ്. 1947 ദർബാർ ഗോപാൽദാസ് ദേശായ് ഗാന്ധി സ്മൃതി ഗേഹത്തിന് തറക്കല്ലിട്ടു. 1950 ലാണ് പണി പൂർത്തിയായതും കീർത്തി മന്ദിർ എന്ന് നാമകരണം ചെയ്തതും. 1950 മെയ് 27ാം തീയ്യതി ഭാരതത്തിന്റെ ആഭ്യന്തര മന്ത്രി സർദാർ വല്ലഭായ് പട്ടേലാണ് രാഷ്ട്രത്തിനു സമർപ്പിച്ചത്.

കീർത്തി മന്ദിറിന്റെ ആർക്കിടെക്റ്റ് പുരുഷോത്തം ഭായ് മിസ്ട്രിയും പോർബന്തറുകാരൻ തന്നെയായിരുന്നു എന്നതും മറ്റൊരു പ്രത്യേകതയാണ്. പുരുഷോത്തം ഭായ് മിസ്ട്രിയാണ് കീർത്തിമന്ദിറിന് ആറു മതങ്ങളുടെ ആരാധനാലയങ്ങൾ ചേർത്ത സമന്വയരൂപകല്പന ചെയ്തത്.

ഒരു സാധാരണ മനുഷ്യൻ ഭാരതീയ ചിന്താധാരപ്രകാരം ഷഡാധാരം കടക്കുമ്പോൾ ശിരസ്സിൽ സഹസ്രാരപത്മം അഥവാ ജ്ഞാനപ്പൂക്കൾ വിരിയുമെന്ന് പറയുന്നു. അഹിംസയുടെ ജ്ഞാനപ്പൂക്കൾ വിരിഞ്ഞിടമാണ് പോർബന്തർ.

മീരാ ബെൻ

വായനയാണ് മെഡ്‌ലിൻ സ്ലേറ്റ് എന്ന മെഡ്‌ലീനയെ ഗാന്ധിജിയുടെ അടുക്കലെത്തിച്ചത്. ഫ്രഞ്ച് എഴുത്തുകാരനായ റോമൈൻ റോളൻഡിന്റെ മഹാത്മാഗാന്ധി എന്ന പുസ്തകം വായിക്കാനിടയായതാണ് മെഡ്‌ലീനയുടെ ജീവിതത്തെ മാറ്റിമറിച്ചത്. മെഡ്‌ലീന എന്ന പ്രഭു കുടുംബത്തിലെ അതീവ സുന്ദരി പാശ്ചാത്യ സംസ്കാരത്തെ എന്തുകൊണ്ടോ ഇഷ്ടപ്പെട്ടില്ല. അവർ അക്കങ്ങളെയും കണക്കിനെയും വെറുത്തു. സസ്യശാസ്ത്രത്തേയും വൃക്ഷലതാദികളെയും സ്നേഹിച്ചു. ഗാന്ധിജിയുടെ ജീവചരിത്രത്തിലൂടെ ഭാരതത്തെ സ്നേഹിച്ചു. ആറടി ഉയരമുണ്ടായിരുന്ന മിസ് മാഡലയിൻ സ്ലേറ്റ് കാഴ്ചയ്ക്ക് അതീവ സുന്ദരിയായിരുന്നു. പ്രണയാഭ്യർത്ഥനകളെ മുഴുവൻ നിരസിച്ചു കൊണ്ട് അവർ പ്രണവഭൂമിയായ ഭാരതത്തിന്റെ അഹിംസാ പുത്രൻ മഹാത്മജിയെ തേടി ഇന്ത്യയിലേക്ക് വന്നു.

മഹാത്മജിയുടെ സാമീപ്യം ലോകത്തെ പലരെയും മാറ്റി മറിച്ചിട്ടുണ്ട്. ഇംഗ്ലണ്ടിലെ ഒരു സാധാരണ ഗ്രാമത്തിൽ ജനിച്ച മിസ് മാഡലയിൻ സ്ലേറ്റ് മീരാ ബെൻ ആയി മാറുന്ന രംഗം മിസ് മാഡലയിൻ തന്നെ വിവരിക്കുന്നുണ്ട്. ഗാന്ധിജിയെ 1925 നവംബർ 7ാം തീയതി സബർമതി ആശ്രമത്തിൽ വച്ച് ആദ്യമായി കണ്ടപ്പോഴുള്ള അനുഭവ മുഹൂർത്തം മീരാ ബെൻ വർണിക്കുന്നു.

'ഞങ്ങൾ ഒരു ചെറിയ പടി വാതിൽ കടന്നു. രണ്ടു ചവിട്ടു പടി കയറി ഒരു വരാന്തയിലെത്തി. ഒരു വാതിൽക്കടന്ന് ഒരു മുറിയിൽ പ്രവേശിച്ചു. ഞാൻ അകത്തു കടന്നപ്പോൾ ഒരു ചെറിയ കൃശ രൂപം ഒരു വെളുത്ത ഇരിപ്പിടത്തിൽ നിന്ന് എഴുന്നേറ്റ് എന്റെ നേരെ നടന്നുവെന്ന ബോധം എനിക്കുണ്ടായി. അതു ബാപ്പുവാണെന്നു ഞാൻ അറിഞ്ഞു.

എന്നാൽ ഭക്തിയിലും ആനന്ദത്തിലും ഞാൻ അത്ര മാത്രം മുഴുകിയിരുന്നതു കൊണ്ട്, സ്വർഗ്ഗീയമായ ഒരു പ്രകാശം അല്ലാതെ യാതൊന്നും കാണാനോ അറിയാനോ എനിക്ക് കഴിഞ്ഞില്ല. ഞാൻ ബാപ്പുവിന്റെ കാൽക്കൽ മുട്ടുകുത്തി. അദ്ദേഹം എന്നെപ്പിടിച്ച് എഴുന്നേൽപ്പിച്ച് തന്റെ കയ്യിലണച്ചു കൊണ്ട് ഇങ്ങനെ പറഞ്ഞു. നീയെന്റെ മകളായിരിക്കും. അന്നു മുതൽ അങ്ങനെ തന്നെ ആയിരുന്നു'.

മഹാത്മജിക്കു പിറന്നത് നാലാൺമക്കളായിരുന്നുവെങ്കിൽ പിറക്കാത്ത മകളായി മീരാബെൻ. ബീഥോവന്റെ സംഗീതവും മഹാത്മജിയുടെ അഹിംസാ സിദ്ധാന്തവും സമന്വയിപ്പിച്ചു കൊണ്ട് മീരാബെൻ ഇന്ത്യയുടെ പുത്രിയായി വളർന്നു, ജീവിച്ചു. മുപ്പത്തിനാലു വർഷക്കാലംഇന്ത്യയിൽ ജീവിച്ചു സാമൂഹ്യനേവനം ചെയ്യുമ്പോഴും മീരാ ബെന്നിന്റെ മനസ്സിൽ ഗാന്ധിജി എന്ന യുഗപുരുഷൻ മാത്രമേ ഉണ്ടായിരുന്നുള്ളൂ.1931 ൽ ലണ്ടനിലെ വട്ടമേശ സമ്മേളനത്തിന് ഗാന്ധിജിയെ അനുഗമിച്ചത് മീരാ ബെന്നായിരുന്നു. ഗാന്ധിജിയുടെ സമരപരിപാടികളെല്ലാം കഷ്ടപ്പാടുകൾ നിറഞ്ഞതായിരുന്നു. അപ്പോഴൊക്കെ മീരാ ബെൻ ബീഥോവന്റെ 'യാതനയിലൂടെ ആനന്ദം' എന്ന മഹത്തായ ആശയത്തിലൂടെയും ഗാന്ധിമാർഗ്ഗത്തിലൂടെയും സഞ്ചരിച്ചു കൊണ്ടേയിരുന്നു.

സേവാഗ്രാം ആശ്രമം സ്ഥാപിക്കുമ്പോഴും ഗാന്ധിയൻ ആദർശത്തിൽ മാത്രം മുഴുകിക്കഴിയുകയായിരുന്നു മീരാബെൻ. സിംലാ കോൺഫറൻസ്, ക്യാബിനറ്റ് മിഷൻ, ഭരണഘടനാ നിയമ നിർമ്മാണസഭ, ഇന്ത്യാ വിഭജനം, മഹാത്മജിയുട വധം എല്ലാറ്റിനും ദൃക്സാക്ഷിയാവേണ്ടി വന്ന മീരാ ബെൻ ഗാന്ധിജിയുടെ നിഴലായി ജീവിച്ചു.

ഗാന്ധിയൻ ആശയങ്ങളുടെ മുഖമുദ്രയായ വനസംരക്ഷണത്തിനും, പർവ്വത സംരക്ഷണത്തിനും ബീജാവാപം നൽകിയത് മീരാബെന്നാണ്. സ്വാതന്ത്ര്യത്തിനു ശേഷം ഋഷികേശിനു സമീപം ബാപ്പുഗ്രാമം സ്ഥാപിച്ച് തന്റെ സാമൂഹ്യ പ്രവർത്തനത്തിനു തുടക്കം കുറിച്ചു. മീരാബെൻ അപ്പോഴെല്ലാം പറയുമായിരുന്നു, ബാപ്പു മാത്രമാണ് ഗ്രാമസംരക്ഷണത്തിന്റെ വഴി കാട്ടിയെന്ന്.

ഹിമാലയസാനുക്കളിലും ഗിരികന്ദരങ്ങളിലും മീരാബെൻ സഞ്ചരിച്ചു. ഹിമാലയത്തിലെ കുമയുൻ നിരകളിലെ വനനശീകരണത്തിനെതിരെ ഗാന്ധിയൻ സമരമുറയിൽ പ്രതിഷേധിക്കുകയും ഹിമാലയത്തിലെ വനനശീകരണം വെള്ളപ്പൊക്കത്തിനു കാരണമാകുമെന്നും പ്രവചിച്ചു. ഹിമാലയത്തിലെ ചില തെറ്റുകൾ എന്ന പേരിൽ അവർ ഒരു ലേ

ഖനം തന്നെയെഴുതി.

1980 കളോടെ ഹിമാലയ സംരക്ഷണവും വനസംരക്ഷണവും മുഖമുദ്രയാക്കിയ വലിയ പാരിസ്ഥിതിക ഗാന്ധിയൻ പ്രചരണ പ്രസ്ഥാനമായ ചിപ്കോ പ്രസ്ഥാനത്തിനു തുടക്കം കുറിക്കാൻ പ്രചോദനമായതും മീരാ ബെൻ ആയിരുന്നു.

മീരാ ബെൻ ഭക്തിപ്രസ്ഥാനത്തിലെ നായികയായ മീര പാടിയത് ഇടയ്ക്കിടെ ഉരുവിടുമായിരുന്നു. ഈശ്വരൻ മാത്രമാണ് മറ്റാരുമല്ല എന്റെ വഴികാട്ടി. ആ ഈശ്വരൻ എനിക്ക് മഹാത്മാഗാന്ധിയാണ്. മീരാബെൻ ഒരിക്കൽ പറയുകയുണ്ടായി. മഹാത്മജി സ്ത്രീയെ ദേവിയായി ആരാധിക്കുകയും സ്ത്രീ പുരുഷ ബന്ധം അത്യന്തം പവിത്രമായി കരുതുകയും ചെയ്യുന്ന യുഗപ്രഭാവനാണ്.

1982 ജൂലൈ 20ാം തീയതി ആസ്ട്രേലിയയിലെ വിയന്നയിൽ വച്ച് തന്റെ ജന്മദൗത്യം പൂർത്തിയാക്കുമ്പോഴും മീരയുടെ മനസ്സിൽ മഹാത്മജി എന്ന അഹിംസാ പ്രവാചകൻ മാത്രമായിരുന്നു ഉണ്ടായത്.

പ്രവാസം - പ്രവാസി

നമുക്ക് ഏറ്റവും പരിചിതമായ ഒരു വാക്കാണ് പ്രവാസി. പ്രവാസത്തിൽ നിന്നാണ് പ്രവാസിയുണ്ടായത്. ശബ്ദസാഗരത്തിൽ പ്രവാസിക്കു കൊടുത്തിരിക്കുന്ന നിർവ്വചനം സ്വന്തം ദേശമോ രാജ്യമോ വിട്ട് താത്കാലികമായോ സ്ഥിരമായോ മറ്റൊരു രാജ്യത്ത് താമസിക്കുന്ന വ്യക്തി എന്നാണ്. ശബ്ദതാരാവലിയിൽ അന്യദിക്കിൽ ചെന്ന് പാർക്കുന്നവൻ എന്നാണ് പ്രവാസിക്കുള്ള അർത്ഥം.

പ്ര എന്ന അക്ഷരം ഓരോ വാക്കിനോടും ചേരുമ്പോൾ മനോഹരപദങ്ങളുണ്ടൊവുന്നു. പ്ര യുടെ കൂടെ കൃതി ചേർന്നാൽ പ്രകൃതി, പ്ര യുടെ കൂടെ പഞ്ചം ചേർന്നാൽ പ്രപഞ്ചം, പ്ര യുടെ കൂടെ നവം ചേരുമ്പോൾ പ്രണവം, പ്രയുടെ കൂടെ നയം ചേരുമ്പോൾ പ്രണയം, പ്രയുടെ കൂടെ ലയം ചേരുമ്പോൾ പ്രളയം, അതു പോലെ പ്ര യുടെ കൂടെ വാസം ചേരുമ്പോൾ പ്രവാസം. എന്തൊരു രസം. പ്ര എന്ന അക്ഷരത്തിന്റെ അർത്ഥം മുമ്പുള്ളത്, ഏറ്റവും ശ്രേഷ്ഠമായത്, അഥവാ പരിശുദ്ധമായത് എന്നൊക്കെയാണ്. പ്രകൃതി എന്നാൽ പരിശുദ്ധമായ രചന എന്നും പ്രപഞ്ചമെന്നാൽ പരിശുദ്ധമായ പഞ്ചങ്ങൾ - വായു, അഗ്നി, ഭൂമി, ആകാശം, ജലം എന്നും നമുക്ക് വായിച്ചെടുക്കാം. പരിശുദ്ധമായ നവം അഥവാ പുതിയത് അതാണ് പ്രണവം. ഇനി പ്രണയം പരിശുദ്ധമായ നയം. അങ്ങനെയെങ്കിൽ പ്രവാസം എന്ന വാക്കിന്റെ അർത്ഥം പരിശുദ്ധമായ വാസം എന്നുമാകാം.

ഒ.എൻ.വി കുറുപ്പ് സ്ത്രീയെക്കുറിച്ചു പറഞ്ഞതു പോലെ ഞാറായാൽ പറിച്ചു നട്ടീടണം ഞാറ്റു വേലക്കാലമെത്തുമ്പോൾ പെറ്റുവീണ കുടി വിട്ടു പെണ്ണിന് മറ്റൊരിടത്ത് കുടിവെപ്പ്. സ്ത്രീജനങ്ങൾ ഒരർത്ഥത്തിൽ വിവാഹജീവിതത്തോടെ പ്രവാസജീവിതം ആരംഭിക്കുന്നു. മറ്റൊ

രു വീട്ടിൽ. ആധുനിക കാലഘട്ടത്തിൽ എല്ലാ മനുഷ്യരും പ്രവാസിക ളാണ്. കാരണം ജോലി സംബന്ധമായി ഒരു നാട്ടിൽ നിന്നും വിശുദ്ധ മായ സഞ്ചാരമാറ്റമാണ് പ്രവാസം. കപിലവസ്തുവിലെ രാജകുമാരൻ 29 ാമത്തെ വയസ്സിൽ തന്റെ കൊട്ടാരവും,രാജ്യവും, കുടുംബവും ഉപേ ക്ഷിച്ചു പോയപ്പോൾ സിദ്ധാർത്ഥൻ പ്രവാസജീവിതത്തിന് തുടക്കമിട്ടു. ലോകത്തിന് ബുദ്ധിപറഞ്ഞു കൊടുത്തും സംഘം ചേരാനുള്ള കർമ്മം ആവിഷ്കരിച്ചും ധർമ്മത്തിലൂടെ ശരണമാർഗ്ഗം തേടാമെന്നും ശ്രീബു ദ്ധൻ പ്രവാസജീവിതത്തിലൂടെ കാണിച്ചപ്പോൾ പ്രവാസം പരിശുദ്ധമാ യ വാസമായി മാറി.

അയോധ്യയിൽ ജനിച്ച ശ്രീരാമൻ പതിനാലു വർഷം സ്വന്തം നാടു വിട്ട് പ്രകൃതിയേയും സകലജന്തു ജീവജാലങ്ങളേയും അറിയുന്നതിനു വേണ്ടി ഭാരത ഭൂവാകെ സഞ്ചരിച്ച് വസിച്ചപ്പോൾ ശ്രീരാമനും പ്രവാസി യായി.

പ്രവാചകനായ മുഹമ്മദ് നബി മക്കയിൽ നിന്നും മദീനയിലേക്ക് പ ലായനം ചെയ്തപ്പോൾ നബിതിരുമേനിയും പ്രവാസജീവിതത്തിന്റെ പ്ര ണേതാവായി മാറി. ബത്‌ലഹേമിൽ ജനിച്ച യേശുദേവനും പ്രവാസി യായി കാശ്മീരിൽ താമസിച്ചിരുന്നതായി ചരിത്രം പറയുന്നുണ്ട്.

ഭഗവാൻ കൃഷ്ണൻ ജനിച്ചത് ഉത്തർപ്രദേശിലെ മഥുരയിലാണ്. പക്ഷേ പിന്നീടദ്ദേഹം എത്തിച്ചേരുന്നത് ദ്വാരകയിലാണ്. ദ്വാരക ഗുജറാ ത്തിലാണ്. മധുരയിൽ നിന്നും ദ്വാരകയിലെത്തിയ ശ്രീകൃഷ്ണന്റെ ജീ വിതവും പ്രവാസം തന്നെ.

പ്രവാസജീവിതത്തിലൂടെ സമാധാനത്തിന്റെ, അഹിംസയുടെ സന്ദേ ശവാഹകനായ ദലൈലാമ ടിബറ്റുകാരെന്ന പ്രവാസി ജനതയുടെ ജീ വിതവെളിച്ചമാവുന്നു.

കേരളത്തിലെ യുവതലമുറയുടെ സുന്ദരസ്വപ്നങ്ങളിലൊന്ന് പഠിക്കു മ്പോഴെ പ്രവാസിയാവുക എന്നുള്ളതാണ്. അമേരിക്കയും, ക്യാനഡ യും, ഫിൻലന്റും, ഇംഗ്ളണ്ടും, ആസ്ട്രേലിയയും, ഗൾഫു നാടുകളും തന്റെ ജീവിത പ്രവാസഭൂമിയായി തിരഞ്ഞെടുത്തു കൊണ്ടിരിക്കുന്ന സ മൂഹമാണ് ആധുനിക കേരളീയ സമൂഹം.

ജനങ്ങൾ സമാധാനമുള്ളിടത്തേക്ക് ജോലി ചെയ്യാനും സ്ഥിരതാമ സമാക്കാനും ഇഷ്ടപ്പെടുന്നു. യുദ്ധവും വെള്ളപ്പൊക്കവും വരൾച്ചയും, ആഭ്യന്തരയുദ്ധവും ഉണ്ടാകുമ്പോൾ മനുഷ്യർ അറിയാതെ പ്രവാസജീ വിതത്തിലേക്ക് ആനയിക്കപ്പെടുന്നു.

പ്രവാസജീവിതം മനുഷ്യനെ പരിശുദ്ധിയിലെക്ക് നയിക്കുന്നു. കാ

ലടിയിൽ ജനിച്ച ആദിശങ്കരൻ സർവജ്ഞപീഠത്തിലെത്തുന്നത് ഭാരതം മുഴുവൻ നഗ്നപാദനായി സഞ്ചരിച്ച് സംവാദങ്ങളിലും, ജ്ഞാനവേദികളിലും തന്റെ ചിന്താധാരകൾ സവിനയം അവതരിപ്പിച്ചപ്പോഴാണ്. ഒരർത്ഥത്തിൽ പറഞ്ഞാൽ ആദിശങ്കരന്റെ ഭാരതപര്യടനവും പ്രവാസജീവിതം തന്നെ.

ചുരുക്കത്തിൽ നദി ഒഴുകി ഒഴുകി തീരത്തെ മണ്ണിനെ ഫലപുഷ്ടവും ജലസമൃദ്ധവും ആക്കുന്നതു പോലെ മനുഷ്യൻ ജനിച്ച സ്ഥലത്തു നിന്നും അന്യദേശത്ത് പോയി താമസിക്കുമ്പോൾ ഒഴുകുന്ന നദി പോലെ ശുദ്ധീകരിക്കപ്പെടുകയാണ്.

സന്ന്യാസ ജീവിതം യഥാർത്ഥത്തിൽ പ്രവാസജീവിതം തന്നെയല്ലെ

പ്രവാസം സംശുദ്ധം, പ്രവാസം സമ്മോഹനം

കണ്ണിമാങ്ങയിൽ നിന്നും കച്ചാ മാംഗോയിലേക്ക്

"അരിപ്പൂ..ത്തരിപ്പൂ..തോരടി-മംഗലം
പരിപ്പൂ-പന്ത്ര-ണ്ടാനേം- കുതിരേം-
കുളിച്ചു-നനച്ചു- വരുമ്പം - എന്തമ്പു-കുഞ്ഞമ്പു-
അരിക്കല-ത്തിരിക്കല-കടന്നോളേ അഞ്ഞായ്യെണ്ണ-കുടിച്ചോളേ-
അക്കര-നിക്കും-മാടപ്രാവിന്റെ-
കയ്യോ-കാലോ-കൊത്തി-ച്ചെത്തി-മടങ്കാട്ട്"

ഇന്നത്തെ കേരളീയരിൽ നാല്പതു വയസ്സിനു മുകളിലുള്ളവരുടെ കുട്ടിക്കാലത്തിന്റെ വർണാഭമായ ഓർമ്മയിൽ കുറിച്ചിട്ട വരികളാണിത്. ഒരു പാഠപുസ്തകത്തിലും കാണാത്ത വരികൾ. കുട്ടിക്കാലത്തെ കളിയിടങ്ങളിൽ ആരോ പഠിപ്പിച്ച വരികൾ. ഒരു പരീക്ഷയ്ക്കും ചോദിക്കില്ല എന്ന തിരിച്ചറിവുണ്ടായിട്ടും ആരും നിർബന്ധിക്കാതെ പഠിച്ച വരികൾ. ഇവിടെ ഭാഷ വളരുകയാണ്.

ഈ വരികളുടെ രചയിതാവാരെന്നറിയില്ല. വാക്കുകളുടെ അകത്തളങ്ങളിലെ രസഭാവമാണ് നമ്മെ ആകർഷിക്കുന്നത്. സമാധാനത്തിന്റെ വെള്ളരിപ്രാവിന്റെ കാലും കയ്യും കൊത്തിച്ചെത്തി വരാൻ ആഹ്വാനം ചെയ്യുന്ന പാട്ടാണിതെന്ന് ഒരു വിമർശകനും ഈ നാടൻ ശീലിനെ ഇകഴ്ത്തിക്കെട്ടാൻ വേണ്ടി പറഞ്ഞിട്ടില്ല.

കുട്ടിക്കാലത്തിന്റെ തെളിമയാർന്ന ആവിഷ്കാരമാണ് ഭാഷയിൽ പ്രയോഗിക്കപ്പെടുന്നത്. നമ്മുടെ കുട്ടിക്കാലമാണ് ഭാഷയെ രൂപപ്പെടുത്തുന്നത്. 'ഭാ' എന്ന അക്ഷരത്തിന് പ്രകാശം എന്നും 'ഷ' എന്ന അക്ഷരത്തിന് ശ്രേഷ്ഠമായത് എന്നുമാണ് അർത്ഥം. അതായത് 'ശ്രേഷ്ഠമായത് പ്രകാശിപ്പിക്കുന്നത്' എന്നാണ് ഭാഷ എന്ന വാക്കിന്റെ പച്ചമലയാളം.

'അരിപ്പൂ-ത്തരിപ്പൂ' കളിച്ച നാല്പതു വയസുകാരന്റേയും അതിനു

മുകളിലോട്ടുള്ള മുതിർന്നവരുടെയും കുട്ടിക്കാലമല്ല ഇപ്പോഴത്തെ തലമുറയുടേത്. കണ്ണിമാങ്ങ ഉപ്പുകൂട്ടി തിന്നിരുന്ന തലമുറയിൽ നിന്നും കച്ചാ മാംഗോയുടെ രസനയാണവർക്കിഷ്ടം. സ്മാർട്ട് ഫോണിൽ പുതിയതലമുറ അവരുടെ 'അരിപ്പൂത്തരിപ്പ്' തീർക്കുകയാണ്. മാതൃഭാഷ അതിന്റെ ഉത്പത്തികാലത്തേക്കു മടങ്ങിപ്പോകുകയാണെന്നു തോന്നുന്നു.

ചിത്രലിപിയിലൂടെയാണ് ആദ്യം എഴുത്തുഭാഷയുണ്ടായത്. ചിത്രം എഴുത്തായി മാറി. ഇപ്പോൾ വീണ്ടും ചിത്രലിപിയിലേക്കു മടങ്ങിപ്പോവുകയാണ്. സ്മാർട്ട് ഫോണിലെ ടച്ച് സ്ക്രീനിൽ വലതുകയ്യിലെ ചൂണ്ടുവിരലും ഇടതുകയ്യിലെ പെരുവിരലും ചേർന്ന് സൃഷ്ടിക്കപ്പെടുന്ന പുതിയൊരു എഴുത്തുരീതി രൂപപ്പെടുകയാണ്.

ഇവിടെയാണ് നാം സുഗതകുമാരിയുടെ വരികളോർക്കുക. "ഒരു താരകയെ കാണുമ്പോഴതു രാവു മറക്കും, പുതുമഴ കാൺകെ വരൾച്ച മറക്കും, പാൽച്ചിരി കണ്ടതു മൃതിയെ മറന്നു രസിച്ചേ പോകും പാവം മാനവഹൃദയം"

പഴമയെ തീർത്തും അവഗണിക്കുകയും പുതിയതിനെ മാത്രം പുണരുകയും ചെയ്യുമ്പോൾ നാം അപകടച്ചുഴിയിലേക്കാണ് നീന്തിയെത്തുന്നതെന്ന് തിരിച്ചറിയുമ്പോൾ നമ്മുടെ ഭാഷയും സംസ്കാരവും മണ്ണും സംരക്ഷിക്കപ്പെടും.

ബി.സി ഒന്നാം നൂറ്റാണ്ടിൽ ജീവിച്ച ജൂലിയസ് സീസറുടെ സമകാലികനായ വിഖ്യാത തത്വചിന്തകൻ സിസറോ ആണ് ആദ്യമായി സംസ്കാരം എന്ന പദമുപയോഗിക്കുന്നത്. ഒരു മനുഷ്യന്റെ സംസ്കാരം രൂപപ്പെടുത്തുന്നത് അവന്റെ ഭാഷയും അവൻ ചവുട്ടി നിൽക്കുന്ന മണ്ണിൽ നിന്നുമാണ്.

മണ്ണിന്റെ മഹത്വം നാം തിരിച്ചറിയേണ്ടതുണ്ട്. ലോകം മുഴുവൻ ചുറ്റി സഞ്ചരിച്ച നവോത്ഥാന പ്രതിഭ വിവേകാനന്ദൻ ഭാരതത്തിലെത്തിയപ്പോൾ ആദ്യം ചെയ്തത് മണ്ണിൽക്കിടന്നുരുളുകയാണ്. ബംഗ്ലാദേശിൽ സന്ദർശനത്തിനെത്തിയ മാർപ്പാപ്പയ്ക്കു സ്വീകരണച്ചടങ്ങിൽ ബംഗ്ലാദേശിന്റെ മണ്ണ് നൽകിയാണ് വരവേറ്റത്. ഭാരതീയർ ഇരുകാലി മൃഗമായ മനുഷ്യനെ 'മനു' എന്നാണ് വിളിച്ചിരുന്നത്. മനു എന്ന വാക്ക് അതേപടി ഇംഗ്ലീഷിലെത്തിയാൽ manu എന്നാണ് വായിക്കുക. Manu എന്ന ഇംഗ്ലീഷ് വാക്ക് അൽപ്പമൊന്നു കടുപ്പിച്ചെഴുതിയാൽ Mannu എന്നും വായിക്കാം.

അതുകൊണ്ടാണ് നാം പറയുന്നത് മണ്ണു മറന്നുകൊണ്ടുള്ള കളി മനുഷ്യൻ പാടില്ല എന്ന്. മണ്ണിൽ വളരുന്ന മാവിൽ നിന്നുമുള്ള കണ്ണിമാ

ങ്ങയുടെ രസത്തിൽ നിന്നും ശാസ്ത്രത്തിന്റെ രസതന്ത്രത്തിൽ നിന്നുമുണ്ടാക്കിയ 'കച്ചാ' മാംഗോയിലേക്കുള്ള മനുഷ്യന്റെ വളർച്ച യഥാർത്ഥത്തിൽ സാംസ്കാരികത്തകർച്ചയാണ് സൃഷ്ടിക്കുന്നത്.

പുതിയകാലത്തിൽ മനുഷ്യൻ ഏറ്റവും കൂടുതൽ ഉച്ചരിക്കുന്ന രണ്ടു പദങ്ങളുണ്ട്. ദൈവികം, ജൈവികം. ഇത് ഗുണപരമായ മാറ്റമാണ്. ദൈവികം എന്നാൽ പരിശുദ്ധം എന്നാണർത്ഥം. ഇംഗ്ലീഷിൽ divine എന്നു വിളിക്കുന്നു. ജൈവികം എന്നാൽ ജീവനെ സംബന്ധിച്ചത്. ഏറ്റവും പരിശുദ്ധമായത് ജീവനാണ്. ഭൂമിയ്ക്ക് പരിശുദ്ധി വരുത്തുന്നത് ജീവന്റെ ഉൾത്തുടിപ്പുകൾ മാത്രമാണ്.

ഭൂമിയുടെ പരിശുദ്ധിയെ കളങ്കപ്പെടുത്തിയത് മനുഷ്യൻ കൃത്രിമ വസ്തുക്കളുടെ നിർമ്മിതി ആരംഭിച്ചപ്പോഴാണ്. പ്രകൃതിയിലെ കറുത്തശിലയെ പരിശുദ്ധിയോടെ പ്രതിഷ്ഠിച്ചപ്പോൾ അത് വിഗ്രഹമായി മാറി. വിഗ്രഹത്തിൽ പ്രകൃതിയുടെ ജീവാരൂഢമായ ജലവും പ്രകൃതിയുടെ പ്രകടരൂപമായ പൂവും ഉപയോഗിച്ചുള്ള മനുഷ്യന്റെ കർമ്മത്തെ പൂജ (പൂവ് എന്ന വാക്കിലെ പൂ, ജലം എന്ന വാക്കിലെ ജ എന്നീ രണ്ടക്ഷരങ്ങൾ ചേർത്തപ്പോൾ 'പൂജ' എന്ന പദമുണ്ടായി) എന്നും വിളിച്ചു. വിഗ്രഹം ദൈവികവും പൂജ 'ജൈവിക'വുമായ ബിംബങ്ങളായി.

ഇവിടെ നാം ഏറെ ജാഗരൂകരാകേണ്ടതാണ്. ഉത്സവങ്ങൾ ദൈവിക പ്രക്രിയയാണ്. അതിന്റെ സ്ഥായീഭാവം ജൈവികമായ പ്രക്രിയകളാവണം. നമ്മുടെ പ്രകൃതിയെ മലിനപ്പെടുത്തുന്ന അജൈവികമായ വസ്തുക്കളുടെ പ്രദർശന നഗരിയാണ് ഇന്ന് ഉത്സവകേന്ദ്രങ്ങൾ. ദൈവിക പരിവേഷത്തിൽ നിന്നും ഭൗതികപരിവേഷത്തിലേക്കാണ് ഈ ഉത്സവകേന്ദ്രങ്ങൾ നമ്മെ നയിക്കുന്നത്.

ക്ഷേത്രനഗരികളുടെ ചുറ്റുമുള്ള ഭൗതികവസ്തുക്കൾ നമ്മെ കൃത്രിമമായ കച്ചാ മാംഗോയിലേക്കു എത്തിക്കുന്നു. ക്ഷേത്രവിഗ്രഹങ്ങളിൽ നിന്നും ക്ഷേത്രനഗരിയിലെ ഭൗതിക വസ്തുക്കളിലാണ് മനുഷ്യമനസ്സ് ഉടക്കി നിൽക്കുന്നത്. അദ്ധ്യാത്മഭാവം അപ്രത്യക്ഷമാകുന്നു. ഭൗതികഭാവം കൂടുതൽ ആസക്തമാകുന്നു.

പ്രകൃതിവസ്തുക്കളെ മാത്രം ഉപയോഗിച്ചു മനുഷ്യന് ജീവിക്കാൻ കഴിയാത്തിടത്താണ് മനുഷ്യൻ പരാജയപ്പെടുന്നത്. സാമൂഹ്യജീവിയായ മനുഷ്യൻ ആത്മീയഭാവം പരിശീലിക്കാൻ സമൂഹ ജീവിയായ ഉറുമ്പിനെ കണ്ടുപഠിക്കണമെന്ന് സാമൂഹ്യശാസ്ത്രജ്ഞർ അഭിപ്രായപ്പെടുന്നുണ്ട്.

ആവശ്യത്തിനു മാത്രം ഉപയോഗിക്കുന്നതാണ് ദൈവികം. അതാണ് ക്ഷേത്രത്തിലെ പ്രസാദം ഇത്തിരി മാത്രം.

മാവ്..... അച്ഛനും അമ്മയുമാകുമ്പോൾ

സമുദ്രശിലയിൽ സുഭാഷ് ചന്ദ്രൻ 'കരിമ്പ്' എന്ന വാക്കിന്റെ ഉത്പത്തിയെക്കുറിച്ചു പറയുന്നുണ്ട്. സുഭാഷ്ചന്ദ്രൻ തന്നെ വാക്കിനെക്കുറിച്ചു പറയുന്നതു നോക്കൂ. "ആരാണ് വാക്കുകളുടെ ഉടമ? ...... ആരോരുമറിയാതെ ചത്തൊടുങ്ങിയ ആയിരക്കണക്കിനു പച്ച മനുഷ്യരുടെ സൃഷ്ടിയാണ് നാമിന്ന് ഉപയോഗിക്കുന്ന ഓരോ വാക്കും."

മലയാളിയുടെ മനസ്സിനെ എന്നും സ്വാധീനിക്കുന്ന വാക്ക് മാവാണ്. മാവ് എന്ന രണ്ടക്ഷരങ്ങൾ എല്ലാ മലയാളിയേയും ഓരേ തരത്തിലുള്ള മനോവ്യാപാരം സൃഷ്ടിക്കുന്ന വാക്കാണ്. വെറുതെ രണ്ട് അക്ഷരങ്ങൾ മാ.....വ് അത് വെറുതെ ചേർത്തതല്ല.

മാതാവ് എന്ന വാക്കിലെ 'മാ' എന്ന ആദ്യാക്ഷരവും പിതാവ് എന്ന വാക്കിലെ 'വ്' എന്ന അന്ത്യാക്ഷരവും ചേർത്താണ് മാവ് എന്ന വാക്കുണ്ടായത്. അതു കൊണ്ടുതന്നെയാണ് മാവ് മലയാളിയുടെ നിത്യഹരിത വൃക്ഷമായി മാറിയത്.

വൈലോപ്പിള്ളിയുടെ മാമ്പഴം വീട്ടുമുറ്റത്തെ മാവാണല്ലോ!.... അങ്കണതൈമാവ് എന്നാണ് വൈലോപ്പിള്ളി അഭിസംബോധന ചെയ്തത്. ഒ.എൻ.വി. കുറുപ്പ്, യേശു ദാസിനെക്കൊണ്ടും ജയചന്ദ്രനെക്കൊണ്ടും ഒരു പോലെ പാടിച്ച മാമ്പൂവിരിയുന്ന രാവുകളിൽ .... പൂത്തേടിപ്പോയത് പാടാൻ തുടങ്ങുന്നതും മാവിൽ നിന്നു തന്നെ.

ബിച്ചു തിരുമലയെഴുതിയ മാവു പൂത്ത പൂമരങ്ങളിൽ യേശുദാസ് പാടിയപ്പോൾ രവീന്ദ്രൻ മാഷ് ആ പാട്ടിനെ മനോഹരമാക്കി മാറ്റിയതും മാവിന്റെ ശക്തി തന്നെ. 'മാവു പൂത്ത പൂവനം' എന്ന പ്രയോഗം തന്നെ ഇനി നമ്മെ ദ്യോതിപ്പിക്കുന്നത് അച്ഛനും അമ്മയും പൂത്ത പൂവനം വീട് എന്നാണ്.

മാവ് എന്ന രണ്ടക്ഷരങ്ങളിൽ അച്ഛനും അമ്മയും ഒളിച്ചിരിപ്പുണ്ടെ

ന്നത് നമ്മെ ഏറെ ആഹ്ളാദഭരിതമാക്കുന്നു. ഓരോ തൊടിയിലും ഒരു മാവെങ്കിലും ഇല്ലാത്ത വീടുണ്ടായിരുന്നില്ല കേരളക്കരയിൽ. പുളിയ ന്മാവും മൂവാണ്ടൻമാവും കിളിച്ചുണ്ടൻ മാവും പിന്നീട് അറിയാതെ വന്ന നമ്പ്യാർ മാവ് എന്ന കുറ്റ്യാട്ടൂർ മാവും മാമ്പഴത്തിന്റെ വൈവിധ്യ രസ നയെ വരവേറ്റു.

'ഓർമ്മകളോടിക്കളിക്കുവാനെത്തുന്ന മുറ്റത്തെ ചക്കരമാവിൻ ചുവ ട്ടിൽ' എന്ന ഈരടികളിലൂടെ ഓരോരുത്തരുടേയും എല്ലാ സ്മരണകളും മാതാപിതാക്കളെ ചുറ്റിപ്പറ്റിയാണെന്നത് ആർക്കാണറിയാഞ്ഞത്.

മാവില്ലാതെ, മാവിന്റെ ഇലയില്ലാതെ, കണ്ണിമാങ്ങായില്ലാതെ, മാമ്പഴപുളിശ്ശേരിയില്ലാതെ, എന്തു മലയാളി സംസ്കാരം. അതു കൊണ്ടുതന്നെയാണ് മാവ് മുറ്റത്തു തന്നെ നിൽക്കുന്നത്.

'പഴുത്ത മാവിൻ ഇലകൊണ്ട് തേച്ചാൽ പുഴുത്ത പല്ലും കളഭംമ ണക്കും' എന്നത് മാവിന്റെ ഔഷധാത്മകതയാണ് വ്യക്തമാക്കുന്നത്. മാവിന്റെ തണൽ അച്ഛന്റേയും അമ്മയുടേയും തണൽ പോലെ ഏറെ കുളിർമ്മ നൽകുന്നതാണ്. ഉണങ്ങിയ മാവിൻ ഇലകളാണല്ലോ ചപ്പു ചവറുകളിലെ ഏറ്റവും നല്ല വളമായി പരിണമിക്കുന്നത്.

മലയാളിയുടെ രസനയെ, വായനാപ്രപഞ്ചത്തെ നിത്യഹ രിതമാക്കുന്ന ബഷീർ 'മാഞ്ചുവട്ടിൽ' എന്ന പുസ്തകം തന്നെ എഴുതി യത് മാവിന്റെ ഊഷ്മളതയെ വരവേൽക്കാനാണല്ലോ. ഏറ്റവും നല്ല കാല ഘട്ടത്തെ, മധുരസ്മരണകളുടെ കാലഘട്ടത്തെ നാമോർക്കുന്നത് മാമ്പ ഴക്കാലം എന്ന പേരിലുമാണ്.

'തേന്മാവിൻ കൊമ്പത്ത്' എന്തു നല്ല പ്രയോഗം. മനസ്സ് ഉന്മേഷഭരി തമാകുന്നു. അച്ഛന്റെയും അമ്മയുടെയും മുതുകിൽ കയറിനിന്ന അനു ഭവം.

മാമ്പഴച്ചാർ എല്ലാ ദിവസവും രണ്ടോ മൂന്നോ തവണ കഴിച്ചു നോക്കു ക. ശരീരം മെലിയുന്നതു തടയുന്നു. എന്നുവെച്ചാൽ ശരീര സൗന്ദര്യം ഉണ്ടാകുന്നു.

ഇതൊക്കെ കൊണ്ടാണ് മാംഗോ ഫ്രൂട്ടിയും, കച്ചാ മാംഗോയും, സ്ക്വാഷ്, ജാം എന്നിവയും പുതിയ കാലഘട്ടത്തിൽ അവതരിച്ചിരിക്കു ന്നത്.

മാവിന്റെ ജന്മദേശം കേരളമൊന്നുമല്ല. ആസ്സാം മുതൽ മ്യാൻമർ വരെയുള്ള പ്രദേശമാണ് ജന്മദേശമെന്ന് ഏകദേശം ഊഹിക്കപ്പെടുന്നു. എങ്കിലും മലയാളിയാണ് മാവിനെ അച്ഛനും അമ്മയും സമന്വയിച്ച വാക്കായ മാവ്, എന്ന് അഭിമാനത്തോടെ പറയുന്നത്.

അനുബന്ധം: നമ്പ്യാർ മാവ് പേരിന്റെ നേര്

കേരളത്തിന്റെ തനതു മാമ്പഴമായി കണക്കാക്കുന്ന കുറ്റ്യാട്ടൂർ മാവിന്റെ ആദ്യനാമം നമ്പ്യാർ മാവ് എന്നായിരുന്നു.

മലബാറിൽ എല്ലാ തൊടികളിലും ഏറെ പുളിയന്മാവുകൾ എന്നറിയപ്പെടുന്ന നാട്ടുമാവുകൾ വളരുന്ന കാലം. കുറ്റ്യാട്ടൂരിലെ ഒരു നമ്പ്യാർ ജാതിക്കാരനായ പ്രമാണിയുടെ വീട്ടുമുറ്റത്ത് ഒരു മാവ് പുഷ്പിച്ചു. വ്യത്യസ്തവും മധുരതരവുമായ വലിയ മാമ്പഴങ്ങൾ കൊണ്ട് മാവ് വീർപ്പുമുട്ടി. മാമ്പഴത്തിന്റെ വലുപ്പവും പുതുമയും ഏറെ ആകർഷിച്ചു. നൂറു കണക്കിന് മാങ്ങകളല്ല ആ മാവിലുണ്ടായത്. ആയിരത്തിലധികം വരുമത്രേ. പഴുത്ത മാങ്ങ അയൽപക്കക്കാർക്കും ബന്ധുക്കൾക്കും കൊടുത്തു. പിന്നെയും മിച്ചമായപ്പോൾ ഒരു വലിയ അരിച്ചാക്കു നിറയെ ഇരിക്കൂറിലെ അനാദിക്കച്ചവടക്കാരനായ ഒരു മുസ്ലീമിന് ആ മാമ്പാഴം വിൽക്കാനായി നൽകി.

ആ മുസ്ലീം വ്യാപാരി തന്റെ വിപണന തന്ത്രമായി പുതിയൊരു മാങ്ങ വന്നിട്ടുണ്ട്. "നമ്മുടെ നമ്പ്യാർ കൊണ്ടു വന്ന മാങ്ങ" എന്നു പരിചയപ്പെടുത്തി വിൽപ്പന പൊടിപൊടിച്ചു. ഒറ്റ ദിവസം കൊണ്ട് ഒരു ചാക്ക് മാമ്പഴം തീർന്നത്രേ. അന്നു വാങ്ങിച്ചു പോയവർ പിന്നീട് മുസ്ലീം വ്യാപാരിയുടെ കടയിൽ വന്ന് ആ പുതിയ മാമ്പഴം ഇനിയുണ്ടോ എന്നു ചോദിച്ചപ്പോൾ ഓ നമ്മുടെ 'നമ്പ്യാർ മാങ്ങയോ' എന്ന മറു വാക്കിൽ നിന്നാണത്രേ നമ്പ്യാർ മാവ് എന്ന പേരുണ്ടായത് എന്നതാണ് നേര്.

ഏതായാലും കണ്ണൂരിൽ ഇപ്പോഴും കുറ്റ്യാട്ടൂർ മാങ്ങയെ നമ്പ്യാർ മാങ്ങ എന്നാണ് വിളിക്കുന്നത്. കുറ്റ്യാട്ടൂരിൽ നിന്നും കുഞ്ഞിമംഗലത്ത് ആ മാങ്ങയെത്തിയപ്പോൾ അതിനെ കുഞ്ഞിമംഗലം മാങ്ങയെന്നു വിളിച്ചു. ഇനി പാലക്കുന്നിൽ ആ മാവുണ്ടെങ്കിൽ അതിനെ പാലക്കുന്ന് മാവ് എന്നും മാമ്പഴമായാൽ അതിനെ പാലക്കുന്ന് മാമ്പഴം എന്നും വിളിച്ചാൽ ഒരു തെറ്റുമില്ല.

•••

www.ingramcontent.com/pod-product-compliance
Lightning Source LLC
LaVergne TN
LVHW040820051026
849519LV00007BA/2690
* 9 7 8 9 3 9 4 4 7 2 2 5 9 *